AF513613

ഒരു പെൺകുട്ടിയുടെ സ്കൂൾ ഡയറി

oru penkuttiyude school diary

•

ammu

•

first edition
february 2014

•

second edition
may 2015

•

typesetting
megha

•

published
chintha publishers, thiruvananthapuram

•

printed at
Repro India Ltd, Mumbai.

•

cover & illustration
sudheer py

•

price
rupees fifty only

വിതരണം

ദേശാഭിമാനി ബുക്ക് ഹൗസ്

H O തിരുവനന്തപുരം-695 035
phone: 0471-2303026, 6063026
www.chinthapublishers.com
chinthapublishers@gmail.com

ബ്രാഞ്ചുകൾ

ഹെഡ്ഡാഫീസ് ബ്രാഞ്ച് കുന്നുകുഴി • സ്റ്റാച്യു തിരുവനന്തപുരം • കെ എസ് ആർ ടി സി ബസ് സ്റ്റേഷൻ ആലപ്പുഴ • കെ എസ് ആർ ടി സി ബസ് സ്റ്റേഷൻ എറണാകുളം • ചിറ്റൂർ റോഡ് എറണാകുളം • മച്ചിങ്ങൽ ലെയ്ൻ തൃശൂർ • ഐ ജി റോഡ് കോഴിക്കോട് • മാവൂർ റോഡ് കോഴിക്കോട് • എൻ ജി ഒ യൂണിയൻ ബിൽഡിങ് കണ്ണൂർ • സെൻട്രൽ ബസ് ടെർമിനൽ കോംപ്ലക്സ് താവക്കര കണ്ണൂർ

CR - 1413 / 3577

ഒരു പെൺകുട്ടിയുടെ
സ്കൂൾ ഡയറി

അമ്മു

ചിന്ത പബ്ലിഷേഴ്സ്
തിരുവനന്തപുരം-695 035
വില : ₹ 50

അമ്മു (ഗായത്രി)

പി ബാബുവിന്റെയും ഡോ. പി എസ് ശ്രീകലയുടെയും മകൾ.

മരുന്നുപുരട്ടാൻവേണ്ടി മുറിവുണ്ടാക്കുന്നയാൾ എന്ന പുസ്തകം പ്രസിദ്ധീകരിച്ചു. വിവിധ പ്രസിദ്ധീകരണങ്ങളിൽ കഥകളും ലേഖനങ്ങളും എഴുതുന്നു.

വിലാസം: എ ആ എ 125
അത്താണി ലെയ്ൻ
വഞ്ചിയൂർ പി ഒ
തിരുവനന്തപുരം.

ഉള്ളടക്കം

പ്രസാധകക്കുറിപ്പ്

കുട്ടികൾ വെറും കാഴ്ചക്കാരല്ല. വളർന്നുവരുന്ന മനുഷ്യരാണ്. അവർ ജീവിക്കുന്നു. ജീവിതം കാണുന്നു. അവർ അരാഷ്ട്രീയരല്ല. വർഗ്ഗ വിഭജിത സമൂഹത്തിൽ ആർക്കും രാഷ്ട്രീയരഹിതരാകാനും ആകില്ല. നമ്മുടെ സ്കൂൾ ക്ലാസുകളിലെ അധ്യാപനവും സിലബസും എങ്ങനെയാണ് നിലവിലുള്ള അധികാര രാഷ്ട്രീയത്തെയും അതിന്റെ ആശയങ്ങളെയും പൊതുബോധനിർമ്മിതിക്ക് ഉപയോഗിക്കുന്നത്? കണ്ണു തുറന്ന് കാര്യങ്ങൾ കാണുന്ന ഹിമ എന്ന പത്താം ക്ലാസുകാരിയുടെയും അവളുടെ കൂട്ടുകാരുടെയും ലോകമാണ് ഈ ചെറിയ കൃതി.

മരുന്നുപുരട്ടാൻവേണ്ടി മുറിവുണ്ടാക്കുന്നയാൾ എന്ന കൃതിയിലൂടെ ശ്രദ്ധേയയായ അമ്മു എന്ന പെൺകുട്ടിയുടെ രണ്ടാമത്തെ കൃതിയാണിത്. ആദ്യ പുസ്തകത്തെ നെഞ്ചേറ്റിയ വായനാസമൂഹം ഈ പുസ്തകവും സ്വീകരിക്കുമെന്ന് ഞങ്ങൾക്കുറപ്പുണ്ട്.

ചിന്ത പബ്ലിഷേഴ്സ്

1

'ആ പെൺകുട്ടിക്ക് നീതി ലഭിക്കട്ടെ'

"ആഗോളവൽക്കരണം നമ്മുടെ ഭാവിയെ എങ്ങനെ ബാധിക്കും?" ചോദ്യം ഹിമയോടായിരുന്നു. എന്റെ ഹൃദയം തുടിക്കുന്നത് ഞാൻ കേൾക്കാൻ തുടങ്ങി. അവൾ ഉത്തരം പറഞ്ഞില്ലെങ്കിൽ ചോദ്യം എന്റെ നേരെ തിരിയും എന്നെനിക്ക് ഉറപ്പായിരുന്നു. ഭാഗ്യം, ഹിമ എന്തോ പറയാൻ തയാറായി എണീറ്റു. "ടീച്ചർ, ആഗോളവൽക്കരണം ഇന്ത്യയുടെ ഭാവിയിൽ വലിയ മാറ്റമുണ്ടാക്കും. ചെറുകിട ഉൽപ്പാദകരെയാണത് കൂടുതൽ ബാധിക്കുക. അവരുടെ ഉൽപ്പാദനകേന്ദ്രങ്ങൾ അടച്ചുപൂട്ടേണ്ടി വരും. അവരുടെ ജീവിതം ദുരിതപൂർണമാകും. അവർക്ക് ജീവിക്കാൻ ബുദ്ധിമുട്ടേണ്ടി...."

ഹിമയെ പൂർത്തിയാക്കാനനുവദിക്കാതെ ശാരദ ടീച്ചർ ഇടയ്ക്കുകയറി പറഞ്ഞു: "എടോ, ആഗോളവൽക്കരണം കാരണം ഉണ്ടാകുന്ന ഒരു നല്ല കാര്യംപോലും തനിക്ക് പറയാനില്ലേ?"

ഞാൻ വീണ്ടും ഞെട്ടി. കുടുങ്ങിയെന്ന് ഉറപ്പാക്കി.

"ടീച്ചർ, ഉപഭോക്താക്കൾക്ക് നിരവധി ഗുണങ്ങളുണ്ടാകും. അവർക്ക് ഗുണനിലവാരമുള്ള ഉൽപ്പന്നങ്ങൾ ലഭിക്കും. ഉൽപ്പന്നങ്ങൾക്ക് നിരവധി choice ഉണ്ടാകും" ഹിമ പറഞ്ഞു.

"മതി, സിറ്റ് ഡൗൺ"

ശാരദ ടീച്ചർ തൃപ്തിയില്ലാതെ പറഞ്ഞു. ഹിമ ഇരുന്നു.

എന്നെ നോക്കി ചിരിച്ചു. ഞാനവളോട് ചോദിച്ചു:

"നിനക്ക് ആദ്യമേ ഉപഭോക്താക്കളുടെ കാര്യം പറഞ്ഞാൽ പോരായിരുന്നോ?"

"അതിനെന്നോട് ആഗോളവൽക്കരണത്തിന്റെ ഫലങ്ങളല്ലേ ചോദിച്ചത്. എന്തൊക്കെ നല്ല മാറ്റങ്ങൾ എന്നല്ലല്ലോ. മാത്രവുമല്ല, ഏറ്റവും പ്രാധാന്യമുള്ള കാര്യങ്ങൾ അല്ലേ ആദ്യം പറയേണ്ടത്" അവൾ ചോദിച്ചു. എനിക്കൊന്നിനും ഉത്തരം ഉണ്ടായിരുന്നില്ല. ശാരദ ടീച്ചറിന് അവളോടൊരു താൽപ്പര്യക്കുറവുള്ളതായി എനിക്ക് പലപ്പോഴും തോന്നിയിരുന്നു. മുമ്പ് അഞ്ച് സ്വാതന്ത്ര്യ സമര സേനാനികളുടെ പേര് പറയാൻ ഹിമയോട് ആവശ്യപ്പെട്ടപ്പോൾ അവൾ ഇ എം എസ് നമ്പൂതിരിപ്പാടിന്റെ പേര് പറയുകയും, ഗാന്ധിജിയുടെ പേര് അവസാനം പറയുകയും ഭഗത്സിങ്ങിന്റെ പേര് ആദ്യം പറയുകയും ചെയ്തപ്പോൾ മുതൽ എനിക്ക് തോന്നിയിട്ടുണ്ട്, ടീച്ചറിന് അവളോടുള്ള താൽപ്പര്യം കുറയുന്നുണ്ടെന്ന്. ചിലപ്പോൾ അതെന്റെ തോന്നലായിരിക്കുമെന്ന് ഞാനന്നു കരുതി. പക്ഷേ, ഇന്നും ടീച്ചറിന്റെ മുഖഭാവം എന്നെ വീണ്ടുമതോർമിപ്പിച്ചു. ബെല്ലിന്റെ ശബ്ദം ആലോചനയിലിരുന്ന എന്നെ ഉണർത്തി. ടീച്ചർ പോയതും ക്ലാസിൽ ബഹളം തുടങ്ങി. ഞാൻ, ബോർഡിൽ ഞാൻ തന്നെ എഴുതിയ ടൈംടേബിളിൽ നോക്കി. അടുത്തത് ഇംഗ്ലീഷ് ഭാഗ്യം, അതുകൂടി കഴിഞ്ഞാൽ സ്കൂൾ വിടും. ഞാൻ തിരിഞ്ഞിരുന്ന് എന്റെ തൊട്ടുപുറകിലത്തെ ബഞ്ചിലിരിക്കുന്നവരോട് സംസാരിക്കാൻ തുടങ്ങി. അപ്പോഴാണ് എന്റെ ഹിന്ദി നോട്ടുബുക്ക് വേണമെന്നാവശ്യപ്പെട്ട് അർജുൻ വന്നത്. ക്ലീൻ ഷേവ് ചെയ്തിരിക്കുന്ന അവന്റെ മുഖം കണ്ട് ശ്രീക്കുട്ടി പറഞ്ഞു:

"*ദീപസ്തംഭം മഹാശ്ചര്യ*ത്തിലെ ദിലീപിനെ പോലുണ്ട്."

ഞങ്ങൾ പൊട്ടിച്ചിരിച്ചു. അവനത് കേട്ടില്ല. ശ്രീക്കുട്ടി പൊതുവെ എല്ലാപേരെയും ചിരിപ്പിക്കാൻ മിടുക്കിയാണ്. അവൾ ഒരു നല്ല മനസുള്ള കറുത്ത കുട്ടിയാണ്. പിന്നിക്കെട്ടാൻ പറ്റാത്ത കഴുത്തുവരെ നീണ്ട അവളുടെ കറുകറുത്ത മുടി അവളെ കൂടുതൽ സുന്ദരിയാക്കുന്നു. അവളെപ്പോഴും എല്ലാപേരെയും രസി

പ്പിക്കും.

ക്ലാസിലേക്ക് ഇംഗ്ലീഷ് ടീച്ചർ വന്നു. ഞാനും ഹിമയും ഒരുമിച്ചാണ് എണീറ്റതും ഇരുന്നതും. അവളത് ശ്രദ്ധിച്ചോ എന്നറിയില്ല. ഇംഗ്ലീഷ് പീരീഡ് ഞങ്ങൾക്ക് ഇഷ്ടമാണ്. അത് ചിലപ്പോൾ ടീച്ചർ പഠിപ്പിക്കുന്നതിനേക്കാൾ ഞങ്ങളോടുള്ള ടീച്ചറിന്റെ പെരുമാറ്റരീതി കൊണ്ടാവാം. ടീച്ചർ ഞങ്ങളോട് എളുപ്പമുള്ള ചോദ്യം ചോദിക്കുകയും ഞങ്ങൾ ശരിയായ ഉത്തരം പറയുമ്പോൾ ഞങ്ങളെ അഭിനന്ദിക്കുകയും ചെയ്യും. അത് ഞങ്ങളെ വളരെയധികം സന്തോഷിപ്പിക്കും. ഹിമ; ടീച്ചറെ കൂടുതൽ ഇഷ്ടപ്പെടാനുള്ള കാരണം ടീച്ചർ മറ്റു ടീച്ചർമാരിൽനിന്നും വ്യത്യസ്തയായി ക്ലാസിലുള്ള എല്ലാപേരെയും ഒരുപോലെ സ്നേഹിക്കുന്നത് കൊണ്ടാണെന്ന് അവളെന്നോട് പറഞ്ഞിട്ടുണ്ട്. മാത്രമല്ല, ടീച്ചർ പഠിപ്പിക്കുന്ന രീതിയും എല്ലാപേർക്കും വളരെ ഇഷ്ടമാണ്. ഞാൻ ടീച്ചറെ കൂടുതൽ ഇഷ്ടപ്പെടാനുള്ള കാരണം ഇന്നുവരെ എന്റെ സംശയങ്ങൾ – (മണ്ടൻ സംശയങ്ങൾ എന്ന് എന്റെ സുഹൃത്തുക്കൾ വിശേഷിപ്പിക്കുന്നവ) കേട്ട് ടീച്ചർ 'ഇരിക്കെടോ!' എന്ന് എന്നോട് പറഞ്ഞിട്ടില്ല എന്നതാണ്. എന്റെ എല്ലാ സംശയങ്ങൾക്കും ടീച്ചറിന് ഉത്തരം ഉണ്ടായിരുന്നു.

ടീച്ചർ പതിവുപോലെ എന്നെ വിളിച്ച് ബോർഡിൽ ദ റൈം ഓഫ് ദ ഏഷ്യൻ മറൈനർ എന്നെഴുതി അടിവരയിട്ട് തൊട്ടു താഴെ സാമുവൽ ടയ്‌ലർ കോൾറിഡ്ജ് എന്നെഴുതാൻ നിർദേശിച്ചു. ഞാൻ ഞങ്ങളുടെ വലിയ കറുത്ത ബോർഡിനെ മറച്ച് വെച്ചിരിക്കുന്ന അത്ര വലുപ്പമില്ലാത്ത പച്ച ബോർഡിൽ വെള്ള ചോക്കുകൊണ്ട് ടീച്ചർ പറഞ്ഞ പ്രകാരം എഴുതി, ടീച്ചറിനെ ചോക്ക് തിരികെ ഏൽപ്പിച്ചു. എന്നിട്ട് എന്നത്തേയുംപോലെ തിരികെ സീറ്റിൽ വന്നിരുന്ന് കൈയിൽ പറ്റിയിരുന്ന ചോക്കുപൊടി എന്റെ വെളുത്ത പാന്റിൽ തേച്ചു. എന്നിട്ട് എഴുതിയതെങ്ങനെയുണ്ടെന്ന് അറിയാൻ ഹിമയെ നോക്കി. അവൾ പക്ഷേ, പുസ്തകത്തിൽ മുഴുകി ഇരിക്കുകയായിരുന്നു. ഞാൻ എന്റെ പുസ്തകത്തിലേക്ക് ശ്രദ്ധിക്കാനും ടീച്ചർ ഓരോ വരിയും വായിച്ച് വിശദീകരിക്കാനും തുടങ്ങി. വളരെ രസകരമായ വിശദീകരണ

ത്തിൽ ഞങ്ങൾ ലയിച്ചിരുന്നു. ബെല്ലടിച്ചപ്പോഴാണ് സമയം പോയത് ഞങ്ങൾ അറിഞ്ഞിരുന്നില്ലാ എന്ന് മനസിലായത്. ടീച്ചർ ക്ലാസിൽനിന്നും പോയി. ഞാൻ സ്കൂൾബസിൽ സീറ്റ് പിടിക്കാൻ പുസ്തകങ്ങൾ വേഗം ബാഗിനുള്ളിലാക്കി ക്ലാസിൽ=നിന്നും ഓടി ഇറങ്ങാനുള്ള തയാറെടുപ്പിലായിരുന്നു. അപ്പോഴാണ്, ഗണേഷ്, അവന് മാത്സ് നോട്ടുബുക്ക് കംപ്ലീറ്റ് ചെയ്യാൻ വേണമെന്നു പറഞ്ഞുവന്നത്. സ്കൂൾ വിട്ടുകഴിഞ്ഞ് എന്റെ സമയം കളയുന്നത് എനിക്ക് തീരെ ഇഷ്ടമല്ല. ഗണേഷിന് ഞാൻ 'നല്ലത്' കൊടുത്തു. എന്റെ ബുക്ക് ആവശ്യമുണ്ടായിരുന്നതുകൊണ്ട് അവനെന്നെ ഒന്നും പറഞ്ഞില്ല. ഞാൻ അവന് മാത്സ് നോട്ടുബുക്ക് കൊടുത്ത്, ഹിമയോട് വേഗം വരാൻ പറഞ്ഞു. ബസിൽ കയറിയപ്പോൾ ഏറ്റവും പുറകിൽ രണ്ടു സീറ്റ് ഒഴികെ ബാക്കിയെല്ലാം നിറഞ്ഞിരിക്കുന്നു. ഓടിപോയി പുറകിലുള്ള ഒരു സീറ്റിലിരുന്ന് അടുത്തുള്ള സീറ്റിൽ ബാഗ് വച്ചു, ഹിമയ്ക്കുവേണ്ടി. 10 മിനിറ്റിനുശേഷമാണ് ഹിമ എത്തിയത്. വേഗം പുറകിൽ വന്നിരിക്കാൻ ഞാനവളെ കൈകാട്ടി വിളിച്ചു. എനിക്ക് അവളുടെ അടുത്തിരിക്കാൻ വലിയ ഇഷ്ടമാണ്. അവൾ അടുത്തിരുന്നാൽ ഒരുപാട് കാര്യങ്ങൾ പറയും. ചിലതൊന്നും എനിക്ക് മനസിലാവില്ലെങ്കിലും ഞാൻ ശ്രദ്ധിച്ചിരിക്കും. അവൾക്ക് ഒരുപാട് കാര്യങ്ങൾ അറിയാമെന്ന് എനിക്കു തോന്നും. അവൾ ധാരാളം വ്യത്യസ്ത അഭിപ്രായങ്ങൾ പറയും. ചിലപ്പോൾ ഞാൻ അത്ഭുതപ്പെട്ടുപോകും. അവൾ ചില പുസ്തകങ്ങളൊക്കെ എനിക്ക് വായിക്കാൻ തരും.

അവളെന്റെ അടുത്ത് വന്നിരുന്നു. ഞങ്ങൾ സംസാരിക്കാൻ തുടങ്ങി. ഇടയ്ക്കുവച്ച് ശ്രദ്ധിച്ചപ്പോൾ മനസിലായി ബസ് നിർത്തിയിരിക്കുകയാണെന്ന്. ജനാലവഴി ഞാൻ വെളിയിലേക്കെത്തിനോക്കി. കുറേ ആളുകൾ നടന്നു പോകുന്നു. ഒന്നുകൂടി എത്തിനോക്കി. അയ്യോ കുറേ അല്ല, കുറേ അധികം ആളുകൾ. ഓറാലി ആണ്. പക്ഷേ, സാരമില്ല. ഹിമയോട് കുറച്ച് കൂടുതൽ സമയം സംസാരിക്കാമല്ലോ.

"എന്താ വെളിയിൽ?"

"ഓ ഒന്നുമില്ല. ഒരു റാലി. ഒരു പണിയും ഇല്ലാതിരിക്കുന്നവരെല്ലാം കൂടി ഇറങ്ങിയിരിക്കുവാ."

"അങ്ങനെ പറയല്ലേ. എന്ത് റാലിയാ?"

"ആ എനിക്കെങ്ങനെ അറിയാം."

"വെളിയിലേക്ക് നോക്കൂ. അവരുടെ കൈയിൽ ബാനറോ പ്ലക്കാർഡോ വല്ലതും ഉണ്ടാകും. അത് ശ്രദ്ധിച്ചുനോക്കൂ. അപ്പോ മനസിലാകും" ഹിമ പറഞ്ഞു.

ഓ നാശം! ജനാലയ്ക്കടുത്തിരിക്കണ്ടായിരുന്നു എന്നെനിക്ക് തോന്നി. എനിക്കതൊന്നും നോക്കാൻ താൽപ്പര്യമില്ലായിരുന്നു. എന്തായാലും നോക്കിയേക്കാം എന്നു കരുതി ഞാൻ വീണ്ടും ജനാലയ്ക്ക് പുറത്തേക്ക് തലയിട്ടു. എത്തിവലിഞ്ഞു നോക്കി. ബാനറൊന്നും കണ്ടില്ല. പ്ലക്കാർഡുകൾ മിക്കവരുടെയും കൈയിലുണ്ട്. പക്ഷേ, വ്യക്തമായി ഒന്നും വായിക്കാൻ കഴിയുന്നില്ല. ദൂരെനിന്ന് നടന്നുവരുന്ന ഒരു സ്ത്രീയുടെ കൈയിൽ കുറച്ച് വലിയ പ്ലക്കാർഡ് കണ്ടു. വായിക്കാൻ പറ്റുന്നുണ്ട്-

"നിങ്ങളുടെ മകളെ പുറത്തിറങ്ങരുത് എന്നല്ലാ മകനെ എങ്ങനെ പെരുമാറണം എന്ന് പഠിപ്പിക്കൂ."

[Don't Tell your daughter not to move out; tell your son how to behave.]

ഞാൻ ഹിമയെ വായിച്ചു കേൾപ്പിച്ചു. എന്തിനെ പറ്റിയാണ് റാലി എന്നെനിക്ക് മനസിലായില്ല. ഹിമയത് പെട്ടെന്ന് മനസിലാക്കി.

"ഇത് ഡൽഹി പെൺകുട്ടിയുടെ ഇഷ്യൂവുമായി ബന്ധപ്പെട്ട റാലി ആണെന്ന് തോന്നുന്നു."

"ആയിരിക്കില്ല. ഒരുപാട് ആണുങ്ങൾ റാലിയിൽ പങ്കെടുത്തിരിക്കുന്നല്ലോ" ഞാൻ പറഞ്ഞു.

"ആയിരിക്കില്ല എന്ന് പറയാതെ, ആണുങ്ങൾ പങ്കെടുത്താലെന്താ? അവർ പങ്കെടുക്കട്ടെ, പങ്കെടുക്കണം. പെൺകുട്ടിയുടെ പ്രശ്നങ്ങൾക്ക് പ്രതിഷേധിക്കാൻ പെണ്ണുങ്ങൾ മാത്രമേ പാടുള്ളൂ എന്നൊന്നുമില്ല. പ്രതിഷേധിക്കാൻ ഇറങ്ങിയിരിക്കുന്നത് ആണായാലും പെണ്ണായാലും, സജീവപങ്കാളിത്തം ഉണ്ടായാൽ മതി.

നീ ഒന്നുകൂടി വെളിയിലേക്ക് നോക്ക്. പ്രശ്നമെന്താണെന്ന് ഒന്നുകൂടി ഉറപ്പുവരുത്തൂ."

അവളെന്നോട് പറഞ്ഞു. ഞാൻ വീണ്ടും വെളിയിലേക്ക് നോക്കി.

ഒരു പ്ലക്കാർഡു കണ്ടു-

"ഡൽഹി പെൺകുട്ടിക്ക് നീതി ലഭിക്കട്ടെ!"

അതെ. ഇഷ്യൂ അതുതന്നെ. ഞാൻ ഹിമയോട് പറഞ്ഞു:

"നീ പറഞ്ഞത് ശരിതന്നെ. ഡൽഹി പെൺകുട്ടിക്കുവേണ്ടി ഉള്ള റാലി തന്നെയാണ്."

"പാവം പെൺകുട്ടി. അവരുടെ അവസ്ഥ ഒന്നാലോചിച്ചു നോക്കൂ" ഹിമ പറഞ്ഞു.

"ശരിയാ, പാവം. പക്ഷേ, അവർ കുറച്ചുകൂടി ഒന്ന് സൂക്ഷിച്ചിരുന്നെങ്കിൽ" ഞാൻ പറഞ്ഞു.

"അവരെങ്ങനെ സൂക്ഷിക്കണമെന്നാ നീ പറയുന്നത്. അവർ സൂക്ഷിച്ചാലും ഇല്ലെങ്കിലും കുറ്റം അവർക്കു തന്നെ. അതെപ്പോഴും അങ്ങനെ തന്നെ."

"പക്ഷേ, അവർ രാത്രി ബസിൽ കയറിയതുകൊണ്ടല്ലേ? അതും ആരും ഇല്ലാത്ത ബസിൽ. അങ്ങനെ അവർ ചെയ്തില്ലായിരുന്നെങ്കിലോ? 20 ശതമാനം തെറ്റും ആ പെൺകുട്ടിയുടെ ഭാഗത്തു തന്നെയാണ് എന്നാണെനിക്കുതോന്നുന്നത്."

"ഓ, നീ അതിന് ശതമാനക്കണക്കും നിശ്ചയിച്ചോ? എങ്കിൽ ഞാൻ പറയാം. ആ പെൺകുട്ടി 100 ശതമാനവും നിരപരാധിയാണ്. ആളില്ലാത്ത ബസിൽ കയറിപോയതാണ് ഇവിടെ തെറ്റ്. അല്ലാതെ അവളെ വലിച്ചുകീറി വെളിയിലേക്കെറിഞ്ഞതല്ല. എത്ര നിസ്സാരമായി നീ അവളുടെ തെറ്റിന്റെ ശതമാന കണക്കുവരെ പറയുന്നു. ആളുള്ള ബസിൽ കയറിയാലും ഇല്ലെങ്കിലും രാത്രി പുറത്തുപോയാലും ഇല്ലെങ്കിലും ഒരു പെൺകുട്ടിക്കുപോലും ഇങ്ങനെ സംഭവിച്ചുകൂടാ. നിന്നോടൊന്നും പറഞ്ഞിട്ടു കാര്യമില്ല. ആരും ഇല്ലാത്ത വീട്ടിൽ പഠിച്ചുകൊണ്ടിരുന്നവളെ ഉപദ്രവിച്ച് കൊന്നപ്പോൾ അവളെന്തിന് കതക് തുറന്നുകൊടുത്തു എന്ന് ചോദിച്ചവരല്ലേ? പെൺകുട്ടി പീഡിപ്പിക്കപ്പെട്ടാൽ അതവളുടെ തെറ്റ്. അവൾ ധരിച്ച വസ്ത്രം തെറ്റ്, അവളുടെ വീട്ടുകാർ

തെറ്റുകാർ, അല്ലാതെ അവളെ ഉപദ്രവിക്കാൻ തുനിഞ്ഞവർ തെറ്റുകാരേയല്ല. സ്ത്രീകളോട് ബഹുമാനം ഇല്ലാതെ, ഒരു പെണ്ണിന്റെ ശരീരത്തിൽ തട്ടിയാൽപ്പോലും സുഖം എന്ന് കരുതുന്നവർ തെറ്റുകാരനേയല്ല. അവന് വസ്ത്ര സ്വാതന്ത്ര്യം ഉണ്ട്, അവന് കൂട്ടുകാരോടൊത്ത് എവിടെയും ഏതുനേരവും പോകാനുള്ള സ്വാതന്ത്ര്യം ഉണ്ട്."

അവൾ ആവേശഭരിതയായി തുടർന്നു:

"പ്രോസ്റ്റിറ്റ്യൂട്ടുകൾ എല്ലാം മോശക്കാരികൾ. അവരെ അന്വേഷിച്ചു ചെല്ലുന്നവർ മാന്യന്മാർ. സ്ത്രീകളെ അടിച്ചമർത്താൻ വിവരമില്ലാത്ത കുറേ പുരുഷന്മാരും അവർ ചെയ്യുന്നതും പറയുന്നതുമായ എല്ലാ തോന്നിവാസങ്ങളും തമാശയാണ് എന്ന് കരുതി ചിരിച്ചുകളയുന്ന കുറേ സ്ത്രീകളും. ഇങ്ങനെയുള്ള ഒരു സമൂഹത്തിൽ ഇതല്ല, ഇതിനപ്പുറം നടന്നാലും എനിക്ക് അത്ഭുതമില്ല. പെണ്ണുങ്ങൾക്ക് ചെലവിന് കൊടുക്കാം, അവരൊക്കെ വീട്ടിലിരുന്നാൽ മതി, നാലു നേരം വെട്ടിവിഴുങ്ങാനുള്ളത് ഉണ്ടാക്കി കൊടുത്താൽ മതി, കുട്ടികളെ സംരക്ഷിച്ച് അവരുടെ കാര്യങ്ങൾ നോക്കിയാൽ മതി, പിന്നെ ഭർത്താവ് കള്ളുകുടിയനാണെങ്കിൽ അയാളുടെ അടിയും-ഇടിയും ചവിട്ടും ഒക്കെ സഹിച്ചാൽ മതി, ഇനി അഥവാ കള്ളുകുടിയനല്ലെങ്കിൽ അവന്റെ കുത്തുവാക്കുകൾ സഹിച്ചാൽ മതി. ആഗ്രഹങ്ങൾ ഒന്നും നിറവേറ്റാനാവാതെ, സ്വന്തം കഴിവുകൾ പ്രകടിപ്പിക്കാനാവാതെ, സ്വന്തം അഭിപ്രായം പറയാനാവാതെ വീട്ടിൽത്തന്നെ ഇരുന്നാൽ മതി. കൂടാതെ എത്രയധികം അധ്വാനിച്ചാലും-"നിനക്കിവിടെ എന്തായിരുന്നു പണി?" എന്നത് മിണ്ടാതെ കേട്ടാൽ മതി. പെണ്ണിന്റെ കടമ ഇതോടെ അവസാനിക്കുന്നില്ല. ഇതൊക്കെ ചെയ്താൽ അവൾ 'തരക്കേടില്ലാത്ത സ്ത്രീ.' ഭർത്താവിനോടല്ലാതെ വേറൊരു പുരുഷനോടും സംസാരിക്കാതെയും നഖം വരെ പുറത്തുകാണിക്കാത്ത രീതിയിൽ വസ്ത്രം ധരിക്കുകയും ചെയ്താൽ അവൾ 'യഥാർഥ സ്ത്രീ." പിന്നെ കുറച്ചുനിമിഷം നിശ്ശബ്ദത.

അവൾ സംസാരിച്ചുകൊണ്ടിരുന്നതിനിടയിൽ റാലി കടന്നുപോയതും, ബസ് വീണ്ടും ചലിച്ചു തുടങ്ങിയതും, അവളുടെ സ്റ്റോപ്പ് എത്താറായതും ഞാനറിഞ്ഞില്ല. പക്ഷേ, അവളത് ശ്രദ്ധി

ച്ചിരുന്നു.

"അയ്യോ! എന്റെ വീടെത്താറായി. സംസാരിച്ചിരുന്ന് സമയം പോയതറിഞ്ഞില്ല."

അവളെഴുന്നേറ്റ് കരിങ്കൽ ഇട്ടുവച്ചിരിക്കുന്ന സഞ്ചി എന്ന് ബസ് അങ്കിൾ വിശേഷിപ്പിക്കുന്ന അവളുടെ കനമുള്ള ബാഗ് തോളിൽ തൂക്കി "നാളെ കാണാം, ബൈ" എന്നു പറഞ്ഞുകൊണ്ട് മുന്നിലേക്ക് നടന്ന് ബസിൽ നിന്നിറങ്ങി ഒന്ന് തിരിഞ്ഞുനോക്കി ചിരിച്ചു. ഞാൻ 'ബൈ' പറയും മുമ്പ് ബസ് വീണ്ടും സ്റ്റാർട്ട് ചെയ്തു. അവൾ പറഞ്ഞതെല്ലാം എന്റെ മനസിൽ തന്നെ നിന്നു. അതെല്ലാം ശരിയാണോ തെറ്റാണോ എന്നുറപ്പിച്ചുപറയാൻ എനിക്ക് കഴിയുമായിരുന്നില്ല. അതുകൊണ്ടുതന്നെ അവളോട് തർക്കിക്കാൻ എനിക്കായില്ല. നല്ലതുപോലെ ആലോചിച്ചാൽ.... അവൾ പറഞ്ഞതൊക്കെ ശരിയാണ്. വളരെയേറെ ചിന്തിച്ചാണവൾ അഭിപ്രായങ്ങൾ പറയുന്നതെന്നെനിക്ക് മനസിലായി. ഇത്രയധികമീ വിഷയത്തെപ്പറ്റി എനിക്ക് അറിവുണ്ടായിരുന്നില്ല. ഈ വിഷയം മാത്രമല്ല, മറ്റൊരു വിഷയത്തെപ്പറ്റിയും ഞാനധികം ചിന്തിക്കാറുമില്ല. ഓരോ നിമിഷവും അവളുടെ കൂടെ ചിലവഴിക്കുമ്പോൾ ഒരുപാട് സമയം ആലോചിക്കാനുള്ള എന്തെങ്കിലും കിട്ടും. എനിക്കത് വലിയ ഇഷ്ടമാണ്. പക്ഷേ, അവളെപ്പോലെ സംസാരിക്കാനും ചിന്തിക്കാനുമുള്ള അവസരങ്ങൾ എന്റെ ചുറ്റുപാടിൽനിന്നും ലഭിച്ചിരുന്നില്ല.

2

“Get out of my class.”

അടുത്തദിവസം ഹിമ സ്കൂളിൽ വന്നില്ല. അവൾ വന്നി ല്ലെങ്കിലും എനിക്ക് ബോറടിക്കുമായിരുന്നില്ല, കാരണം എന്റെ ക്ലാസിൽ ഇരുന്നാൽ സമയം പോകുന്നതറിയേയില്ല. രണ്ടു കണക്കു പീരീഡ് ഉണ്ടായിരുന്നു. അതെങ്ങനെ സഹിക്കണമെന്ന് എനിക്കറിയില്ലായിരുന്നു. ടീച്ചർ ക്ലാസിൽ കയറി വന്നതും ലയ അവളുടെ ടിഫിൻ തുറന്നതും ഒരുമിച്ചായിരുന്നു; അതുകണ്ട് ഞാൻ ചിരിക്കാൻ തുടങ്ങി. അവളെന്നോട് മിണ്ടാതിരിക്കാൻ പറ ഞ്ഞു. ടീച്ചർ അതുകണ്ടെന്ന് എനിക്ക് മനസിലായി. ചോക്കിന്റെ കഷണം കൃത്യമായി ലയയുടെ നെറ്റിയിൽ കൊണ്ടു. ഞങ്ങൾ എല്ലാപേരും ശാന്തരായി. ലയ എണീറ്റു, ചിരി ഒതുക്കിപ്പിടിച്ച് എന്നെ നോക്കി. ഞാൻ എന്റെ വായ പൊത്തിപ്പിടിച്ചു.

ടീച്ചർ പറഞ്ഞു: “Second Last Benchers stand up?”

ഞങ്ങൾ എണീറ്റു, തലകുനിച്ച് നിന്നു. രമ്യ എന്റെ കൈ മുറുകെ പിടിച്ചു. ടീച്ചർ പറഞ്ഞു: “Get out of my class?”

ഞങ്ങൾ ഒരേ സ്വരത്തിൽ പറഞ്ഞു:

“സോറി മാഡം”

“എനിക്കൊന്നും കേൾക്കണ്ട. ഇറങ്ങി പോകാനാണ് പറ ഞ്ഞത്. ഇംഗ്ലീഷ് മനസിലാവില്ലേ?”

ഞങ്ങൾ അഞ്ചുപേരും ഉറുമ്പുകളെപ്പോലെ വരിവരിയായി

വെളിയിലേക്കിറങ്ങാനൊരുങ്ങി.

"എന്തിനാ രാവിലെ ഉടുത്തൊരുങ്ങി വരുന്നേ? അപ്പനും അമ്മയ്ക്കും ശല്യമായതുകൊണ്ട് സ്കൂളിൽ പറഞ്ഞുവിടും, നമ്മുടെ സ്വസ്ഥത കെടുത്താൻ. പൊട്ടിച്ചിരിയും കളിയുമൊക്കെ വീട്ടിൽ മതി. ഇതെന്താ ചന്തയാണോ?"

എല്ലാം കേട്ട് ഞങ്ങൾ ഒന്നും മിണ്ടാതെ നിന്നു. ക്ലാസിലുണ്ടായിരുന്ന ബാക്കിയെല്ലാ മാന്യന്മാരും മാന്യകളും ചിരിക്കുന്നുണ്ടായിരുന്നു. ഞാനപ്പോൾ ഒരു സത്യം മനസിലാക്കി. സ്വന്തം വിഷമങ്ങൾ മറ്റാരും അറിയാതെ മനസിൽ ഒതുക്കിപ്പിടിക്കുന്നതിനേക്കാൾ ബുദ്ധിമുട്ടാണ് ചിരിവരുമ്പോൾ control ചെയ്യാൻ.

ടീച്ചർ ക്ലാസിൽ നിന്നും പുറത്തു പോകുന്നതുവരെ ഞങ്ങൾ പിടിച്ചുനിന്നു. ടീച്ചർ പുറത്തിറങ്ങിയതും ചിരിച്ചുചിരിച്ച് ഞങ്ങളുടെ കണ്ണിൽനിന്നും വെള്ളം വന്നു.

ശ്രീക്കുട്ടി പറഞ്ഞു: "ഇതെന്താ ചന്തയാണോ?"

അതുകേട്ട് ഞങ്ങൾ വീണ്ടും ചിരിക്കാൻ തുടങ്ങി. അവൾ ടീച്ചർമാരെ അനുകരിക്കാൻ പറ്റിയ കക്ഷിയാണ്. അവൾ ചിരിക്കുന്നത് കാണുമ്പോൾ തന്നെ ചിരിവരും. ലയ പറഞ്ഞു: "നിന്റെ ചിരി കേട്ടിട്ട് അവർ ചോക്കെറിഞ്ഞത് എന്നെ. നീ എന്തിനാ ഇത്ര ഉറക്കെ ചിരിക്കുന്നത്? അവൾടെ ഒരു അട്ടഹാസം." ശ്രീക്കുട്ടി പിന്നെയും ചിരിക്കാൻ തുടങ്ങി. എന്ത് പറഞ്ഞാലും അവൾക്ക് ചിരിയേ ഉള്ളൂ.

സ്കൂൾ വിട്ടപ്പോഴും ഞാനതുതന്നെ ആലോചിച്ച് ചിരിച്ചുകൊണ്ടിരുന്നു. ബസിലുള്ളവരൊക്കെ എനിക്ക് വട്ടാണെന്ന് കരുതിയിട്ടുണ്ടാവും. പിന്നെ ശനിയാഴ്ച ഓരോ കുട്ടിയും അനുഭവിക്കുന്ന സന്തോഷം എന്നിലും ഉണ്ടായിരുന്നു-അടുത്തദിവസം അവധിയാണ് എന്ന സന്തോഷം. എന്നാലും ഹിമ എന്തുകൊണ്ടായിരിക്കും വരാതിരുന്നത്? വരാത്തതിനുള്ള കാരണങ്ങൾ പലതും ഞാൻ ആലോചിച്ചുകൊണ്ടിരുന്നു.

ഞായറാഴ്ച രാത്രി ഏതൊരു കുട്ടിയേയുംപോലെ തിങ്കളാഴ്ചയെ ഓർത്ത് വിഷമത്തോടെ ഞാൻ കിടന്നു. അടുത്തദിവസം ബസിൽ ഹിമയുമൊത്തിരിക്കവെ അവൾ ഒർഹൻ പാമുകിന്റെ

പുസ്തകം വായിച്ചിരിക്കുകയായിരുന്നു. ഒരു തടിയൻ പുസ്തകം. ഞാനവളെ നോക്കിക്കൊണ്ടിരുന്നു. അവൾ പുസ്തകം മടക്കി തിരികെ മടിയിലിരിക്കുന്ന അവളുടെ ബാഗിൽ വച്ചു. സ്വാഭാവികമായും കഴിഞ്ഞദിവസം സ്കൂളിൽ വരാതിരുന്ന കുട്ടിയോട് എല്ലാവരും ചോദിക്കുന്ന ചോദ്യം ഞാൻ ചോദിച്ചു: "നീ എന്താ ശനിയാഴ്ച സ്കൂളിൽ വരാത്തത്? വയ്യായിരുന്നോ?" ഞാൻ മനസിൽ ഊഹിച്ച കാരണങ്ങളിൽ ഒന്നായിരുന്നു അവൾക്ക് പനിയോ ജലദോഷമോ മറ്റോ ആയിരിക്കും എന്നത്. അതുകൊണ്ടാണ് അവളോട് അങ്ങനെ ചോദിച്ചതും.

അവൾ പറഞ്ഞു:

"അല്ല. ശനിയാഴ്ച ഹിരോഷിമാ-നാഗസാക്കി ദിനമായിരുന്നില്ലേ?"

"ആയിരുന്നോ?" ഞാൻ ഇടയ്ക്കുകയറി ചോദിച്ചു.

"അതറിയില്ലായിരുന്നോ? കഷ്ടം. ഇത് വേറാരോടും പോയി പറയല്ലേ." അവൾ ചിരിച്ചുകൊണ്ടു പറഞ്ഞു.

അവൾ ആ പറഞ്ഞത് എനിക്കത്ര ഇഷ്ടമായില്ലെങ്കിലും അവൾ എന്തുകൊണ്ടാണ് വരാതിരുന്നതെന്ന് അറിയാൻവേണ്ടി ഞാൻ ഒന്നും പറഞ്ഞില്ല. അവൾ പറയുന്നതും ശ്രദ്ധിച്ച് ഞാനിരുന്നു.

"ആഗസ്ത് 6 ഹിരോഷിമാ ദിനവും ആഗസ്ത് 9 നാഗസാക്കി ദിനവും. ഇനിയത് മറക്കല്ലേ..... മെനിഞ്ഞാന്ന് ഹിരോഷിമാ-നാഗസാക്കി ദിനത്തോടനുബന്ധിച്ച് ചില പരിപാടികൾ ഉണ്ടായിരുന്നു. ഞാനുൾപ്പെടുന്ന ഒരു കുട്ടികളുടെ സംഘടനയുണ്ട് ഞങ്ങടവിടെ. ഞങ്ങളുടെ ഈ സംഘടനയാണ് പരിപാടികൾ നടത്തിയത്. പറന്നുയരുന്ന നമ്മൾ ചിറക് മുറിക്കപ്പെട്ടവരുടെ വേദന മനസിലാക്കാതെ പോകരുത്. എന്റെയും നിന്റെയും മാത്രമല്ല സകല മനുഷ്യരുടെയും പൂർവികർ ഒന്നാണ് എന്ന ബോധമുണ്ടാകണം. ഹിരോഷിമാ-നാഗസാക്കി നിവാസികളും, പാകിസ്ഥാൻ നിവാസികളും, ശ്രീലങ്കൻ നിവാസികളും ഒക്കെ നമ്മുടെ സഹോദരങ്ങളാണെന്ന ബോധം ഉണ്ടാകണം. ഇതിനൊക്കെ ഉപരി നമ്മുടെ സഹോദരങ്ങളായ അവർക്ക് വേണ്ടത് സിംപതി

അല്ല പിന്തുണയാണെന്ന് മനസിലാക്കണം."

അത്രയും പറഞ്ഞ് അവൾ നിർത്തി. ഞാൻ അത്ഭുതപ്പെട്ടു പോയി. ഞാനിങ്ങനെയൊന്നും ചിന്തിച്ചിരുന്നില്ല. എനിക്കെന്നോട് തന്നെ പുച്ഛം തോന്നി. അവളിൽനിന്ന് കൂടുതൽ അറിയണമെന്ന് ഞാനാഗ്രഹിച്ചു. അപ്പോഴേക്കും സ്കൂളെത്തിയിരുന്നു.

ഞങ്ങൾ ബസിറങ്ങിനടന്ന് ക്ലാസിനുള്ളിലേക്ക് കയറി. സീറ്റിലേക്ക് എത്തും മുമ്പ് ടീച്ചർ ക്ലാസിലേക്ക് വന്ന് എല്ലാപേരോടും വരിയായി അസംബ്ലി ഹാളിലേക്ക് പോകാൻ നിർദേശിച്ചു. സ്കൂൾ അസംബ്ലി എനിക്ക് തീരെ ഇഷ്ടമല്ല. കുറേനേരം അവിടെ നിൽക്കാൻ എനിക്ക് മടിയായിരുന്നു. സ്റ്റേജിൽ പ്രാർഥന പാടാൻ നിൽക്കുന്നവർ എന്നും ഇഴച്ചിഴച്ചേ പാടാറുള്ളൂ. പ്രാർഥന തീരുമ്പോൾ തന്നെ 15 മിനിറ്റാവും. പിന്നെ പ്രതിജ്ഞ അത്-ഇത്-എല്ലാംകഴിഞ്ഞു വരുമ്പോഴേക്കും കുറേ നേരമാകും. അത്രയും നേരം അവിടെ അങ്ങനെ നിൽക്കണം. ഓ ചിന്തിക്കാൻ പോലും വയ്യ. നിവൃത്തിയില്ലാത്തതുകൊണ്ട് ഞങ്ങൾ വരിവരിയായി അവിടെ പോയി നിൽക്കും. പൊക്കം അനുസരിച്ച് നിൽക്കണം. ഏറ്റവും മുന്നിൽ നിൽക്കുന്ന മേഘലയ്ക്ക് അങ്ങനെയാണ് കുള്ളിയെന്ന പേര് വീണത്. ഇരട്ടപേര് കാരണം എല്ലാപേരുടെയും യഥാർഥ പേര് മറന്നുപോയി.

പ്രതിജ്ഞയാണ് ഏറ്റവും കുറച്ച് സമയം എടുക്കുന്നതെങ്കിലും അതുപോലും ഏറ്റുപറയാനുള്ള ക്ഷമ എനിക്കില്ലായിരുന്നു. അല്ലെങ്കിൽത്തന്നെ എന്തിനാണിവരെന്നും പ്രതിജ്ഞ പറയിപ്പിക്കുന്നത്? അതിലെ ഒരു വരിപോലും ആരും പ്രാവർത്തികമാക്കുന്നില്ലല്ലോ? ഇന്ത്യ എന്റെ രാജ്യമാണെന്നും ഞാനിന്ത്യയെ സ്നേഹിക്കുന്നുണ്ടെന്നും പറയുമ്പോൾ ഞാനതിന്റെ പൂർണ അർഥത്തെപ്പറ്റി ചിന്തിച്ചിട്ടേയില്ല. പ്രതിജ്ഞ പറയുന്ന സമയം മുഴുവൻ ഞാൻ വേറെ എന്തെങ്കിലും ആലോചിച്ചുനിൽക്കാറാണ് പതിവ്. എല്ലാ ദിവസവും പ്രതിജ്ഞ പറഞ്ഞാണോ രാജ്യത്തോടുള്ള സ്നേഹം കാണിക്കേണ്ടത്.

എല്ലാ ഇന്ത്യക്കാരെയും സഹോദരി-സഹോദരന്മാരായിക്കാണാനും, എല്ലാ മുതിർന്ന ഇന്ത്യക്കാരെയും ബഹുമാനിക്കാനും എല്ലാ ദിവസവും പറയുന്നതുകൊണ്ട് എന്താണ് പ്രയോജനം?

ഇവിടെ ഞങ്ങൾ പ്രതിജ്ഞ പറയുമ്പോൾ ഇതേ ഇന്ത്യയിൽത്തന്നെ മറ്റൊരു ഭാഗത്തെവിടെയെങ്കിലും സ്ത്രീ പീഡനം നടക്കുന്നു, വലിയ വിഭാഗം മതത്തിൽപ്പെട്ടവർ ന്യൂനപക്ഷ മതക്കാരെ ചുട്ട് എരിക്കുന്നു, ബോംബ് സ്ഫോടനങ്ങൾ നടക്കുന്നു, സ്ഫോടനങ്ങൾ നടക്കുന്ന പരിസരങ്ങളിൽ പരിഭ്രാന്തരായി ഓടുന്നവരിൽ ഒരു പ്രത്യേക മതവിശ്വാസിയെമാത്രം കസ്റ്റഡിയിൽ എടുക്കുന്നു. അങ്ങനെ എന്തെല്ലാം-എന്തെല്ലാം സംഭവിക്കുന്നു. ഇവരൊക്കെയും ചെറുപ്പത്തിൽ ഇതേ പ്രതിജ്ഞ തന്നെയല്ലേ പറഞ്ഞുകൊണ്ടിരുന്നത്.

ബെല്ലടിക്കുന്ന ശബ്ദം കേട്ടപ്പോൾ ഞാൻ ഞെട്ടി. ഞാനെന്റെ ചിന്തകളിൽ മുഴുകിയിരുന്നു. പ്രതിജ്ഞയും, പ്രാർത്ഥനയും ദേശീയഗാനവും ഒക്കെ തീർന്നത് ഞാനറിഞ്ഞില്ല. ഞങ്ങൾ ക്ലാസിലേക്ക് നീങ്ങി. ക്ലാസിൽ എത്തിയ ഉടനെ ഞാൻ ടൈം ടേബിളും, തീയതിയും ഒക്കെ ബോർഡിൽ എഴുതി. എന്നിട്ട്, ക്ലാസിൽ എല്ലാപേരും കയറിയെന്ന് ഉറപ്പ് വരുത്തിയശേഷം എത്രപേർ ഹാജരാണെന്ന് എണ്ണിനോക്കി അതും ബോർഡിൽ എഴുതി വെച്ചു. എന്നിട്ടെന്റെ സീറ്റിൽ വേഗം പോയിരുന്നു. അത് ടീച്ചർ വരുന്നതും കാത്തിരിക്കാനായിരുന്നില്ല, എന്റെ കൂട്ടുകാരുമൊത്ത് സംസാരിക്കാനായിരുന്നു. ഹിമയെ കണ്ടപ്പോഴാണ് ഞാൻ ചിന്തിച്ചുകൂട്ടിയതെല്ലാം അവളോട് പറയണം എന്നെനിക്ക് തോന്നിയത്. ഒരു കണക്കിന്, എന്റെ ചിന്തകൾ ഇത്രയും ആഴമാകാനുള്ള കാരണം അവളാണല്ലോ. ബസിലിരിക്കുമ്പോൾ പറയാം എന്ന് ഞാൻ വിചാരിച്ചു. സീറ്റിലിരുന്ന് എല്ലാപേരും ചിരിക്കുകയായിരുന്നു. എന്താണ് കാരണം എന്നെനിക്ക് മനസിലായില്ല. ഞാൻ ഹിമയോട് കാരണം ചോദിച്ചപ്പോഴാണ് മനസിലായത് ശ്രീക്കുട്ടി ഞങ്ങളുടെ ടീച്ചർമാരെ അനുകരിച്ചുകൊണ്ടിരിക്കുകയായിരുന്നെന്ന്. ഞാൻ തിരിഞ്ഞിരുന്ന് അവളെ ശ്രദ്ധിക്കാൻ തുടങ്ങി. അവളുടെ അഭിനയപ്രകടനങ്ങൾ കണ്ടാൽ ആർക്കും ചിരിവന്നുപോകും. പക്ഷേ, അവളെ കൊണ്ടഭിനയിപ്പിക്കണമെങ്കിൽ കുറച്ച് കാര്യങ്ങൾ നമ്മൾ ചെയ്യണം. ലഞ്ച് ബ്രേക്ക് ആകുമ്പോൾ നമ്മൾ കഴിക്കാൻ കൊണ്ടുവന്നതിൽനിന്ന് പകുതി അവൾക്ക് കൊടുക്കേണ്ടതാണ്, പിന്നെ അവൾക്ക് കഴിക്കാൻ ഉള്ളതിൽനിന്ന്

ഒന്നും നമ്മൾ എടുക്കാൻ പാടില്ല. ഇതാണ് അവളുടെ conditions. ഞങ്ങളിതുവരെ അതൊന്നും തെറ്റിച്ചിട്ടില്ല. ഞാൻ നോക്കിയപ്പോൾ നമ്മുടെ 'വിളപ്പിൽശാല' മാത്രം ഇതിലൊന്നും പങ്കുചേരാതെ വളരെ ഗൗരവത്തോടെ എന്തോ എഴുതിക്കൊണ്ടിരിക്കുന്നു. അനുവിനെയാണ് ഞങ്ങൾ 'വിളപ്പിൽശാല' എന്നു വിളിക്കുന്നത്. അവളുടെ പെൻസിൽ ബോക്സ് തുറന്നുനോക്കിയപ്പോൾ മുഴുവൻ ചപ്പും-ചവറും ആണ്. പേപ്പർ കഷണങ്ങളും, പെൻസിൽ മുനകളും, കുറേ തെളിയാത്ത പേനകളുമൊക്കെ ഉണ്ട്. എല്ലാ ചവറും കൂടെ കൊണ്ടുനടക്കുന്നതുകൊണ്ടാണ് അവളെ വിളപ്പിൽശാലയെന്നും ചിലപ്പോൾ short ആയി 'വിളപ്പിൽ' എന്നും വിളിക്കുന്നത്. ക്ലാസിൽ ഏറ്റവും കൂടുതൽ ഇരട്ടപേരുള്ളത് അനുവിനാണ്. അവൾടെ വേറൊരു പേരാണ്-'പച്ചാളം ഭാസി!' *ഉദയനാണ് താരം* എന്ന സിനിമയിൽ ജഗതി ശ്രീകുമാർ അവതരിപ്പിക്കുന്ന കഥാപാത്രത്തിന്റെ ഹെയർ സ്റ്റൈൽ ആണ് അവൾക്കും. അതുകൊണ്ടാണ് ആ കഥാപാത്രത്തിന്റെ പേര് അവൾക്ക് ഇട്ടത്. ലയയാണ് അവളെ ആദ്യമായി അങ്ങനെ വിളിച്ചത്. 'അറുത്ത കൈക്ക് ഉപ്പുതേക്കാത്തത്' കൊണ്ടവൾക്കു വീണ മറ്റൊരു പേരാണ് 'എച്ചി.' അത്യപൂർവമായേ ഞങ്ങളവളെ ആ പേര് വിളിക്കാറുള്ളൂ. പിന്നെ മാത്സ് പീരീഡിൽ അവൾ ഒരബദ്ധം കാണിച്ചപ്പോൾ പുതിയൊരു പേരുംകൂടി അവൾക്കു കിട്ടി. മാത്സ് ടീച്ചർ ക്ലാസിൽ ഫ്രസ്റ്റം പഠിപ്പിക്കുകയായിരുന്നു -"ഒരു കോൺന്റെ കൂർത്ത ഭാഗം വെട്ടുമ്പോൾ ഒരു ബക്കറ്റിന്റെ ഷേപ്പ് ഉണ്ടാകും. അതിനെയാണ് ഫ്രസ്റ്റം എന്നു പറയുന്നത്."

അപ്പോഴാണ് പഠിപ്പിക്കുന്നതിൽ ശ്രദ്ധിക്കാതിരുന്ന അനുവിനെ ടീച്ചർ എണീപ്പിച്ചു നിർത്തിയത്. എന്നിട്ട് ടീച്ചർ ഒരു ഫ്രസ്റ്റം ബോർഡിൽ വരച്ച് ഇതെന്താണെന്ന് അവളോട് ചോദിച്ചു. കുറച്ചുനേരം ആലോചിച്ച് അവൾ പറഞ്ഞു-"തൊട്ടി" എന്ന്. അതു കേട്ട് ടീച്ചർപോലും ചിരിച്ചുപോയി. അന്നുമുതൽ അവളെ ഞങ്ങൾ തൊട്ടിയെന്നും വിളിക്കാറുണ്ട്. ഒരു പീരീഡിൽ മറ്റ് സബ്ജക്ടുകളുടെ ഹോംവർക്ക് എഴുതുകയാണ് അവളുടെ പ്രധാന ഹോബി. ക്ലാസിൽ എല്ലാപേർക്കും അവളെ ഇഷ്ടമാണ്.

എത്ര ഉറക്കെ അവളുടെ ഇരട്ടപേരു വിളിച്ചാലും അവൾ ദേഷ്യം കാണിക്കാറേയില്ലായിരുന്നു. അതുകേട്ട് പൊട്ടിച്ചിരിക്കാറേയുള്ളൂ. എനിക്കവളെ ഒത്തിരി ഇഷ്ടമാണ്.

ക്ലാസിലേക്ക് ടീച്ചർ വന്നു. കെമിസ്ട്രി പീരീഡ് ആയിരുന്നു. എനിക്കൊട്ടും താൽപ്പര്യമില്ലാത്ത സബ്ജക്ട് ആയിരുന്നു സയൻസ്. അതുകൊണ്ടുതന്നെ ഏറ്റവും ബോർ പിരീഡായി എനിക്ക് തോന്നിയിട്ടുള്ളത് – കെമിസ്ട്രി, ഫിസിക്സ്, ബയോളജി പിരീഡുകളായിരുന്നു. കഥകളി കാണാനിരിക്കുന്നത് പോലെയാണ് ഞാനീ പിരീഡുകളിൽ ക്ലാസിലിരിക്കുന്നത്. ഹിമ പറഞ്ഞുതരുന്നതുവരെ എനിക്ക് അറിയില്ലായിരുന്നു എഞ്ചിനീയറും ഡോക്ടറും അല്ലാതെ വേറെ ഏതെങ്കിലും ഒരു തൊഴിൽ പഠിത്തത്തിലൂടെ തെരഞ്ഞെടുക്കാമെന്നുള്ളത്. സയൻസ് പഠിച്ചില്ലെങ്കിൽ പിന്നെ ജീവിക്കാൻ പറ്റില്ലെന്നായിരുന്നു ഞാൻ കരുതിയിരുന്നത്. പക്ഷേ, അവളാണെന്നെ പറഞ്ഞ് മനസിലാക്കിയത്, സയൻസിനോട് താൽപ്പര്യം ഇല്ലെങ്കിൽ വേറെ വിഷയങ്ങൾ എടുത്ത് നല്ലപോലെ പഠിച്ച് ഉയർന്ന നിലവാരമുള്ള, എഞ്ചിനീയറും ഡോക്ടറും തുല്യമായ മറ്റുദ്യോഗങ്ങൾ നേടാൻ കഴിയുമെന്ന്. എന്നെപ്പോലെ താൽപ്പര്യമില്ലാത്തവരും ഉള്ളവരും ഒക്കെ സയൻസ് എന്ന ഒരു വിഷയം മാത്രം ആശ്രയിക്കുന്നതുകൊണ്ട് മുക്കിന്-മുക്കിന് എഞ്ചിനീയരിംഗ് കോളേജുകൾ തുടങ്ങുന്നതും, ഭൂരിഭാഗം പേരും മെഡിക്കൽ എഞ്ചിനീയറിംഗ് എൻട്രൻസ് എഴുതുന്നതും; എല്ലാം കഴിഞ്ഞ് വളരെ-വളരെ കുറച്ചുപേർ മാത്രമേ എഞ്ചിനീയർ-ഡോക്ടർമാരാകുന്നുള്ളൂ എന്നും വളരെ വിശദമായി അവളെനിക്ക് പറഞ്ഞുതന്നു. അതെനിക്കൊരു പുതിയ വിവരം തന്നെയായിരുന്നു. ഇല്ലെങ്കിൽ ഞാനും സയൻസിന്റെ ഒഴുക്കിൽപ്പെട്ട് ജീവിതത്തിൽ ഒന്നും നേടാൻ പറ്റാത്തവളായി പോകുമായിരുന്നേക്കാം. പക്ഷേ, ഇതൊന്നും അറിയാതിരുന്നതിൽ എനിക്ക് നാണക്കേടൊന്നും ഇല്ല. കാരണം, എന്നെക്കാൾ മുതിർന്നവരല്ലേ അവരുടെ കുട്ടികൾക്ക് താൽപ്പര്യമില്ലെങ്കിൽപ്പോലും നിർബന്ധിച്ച് സയൻസ് എടുപ്പിക്കുന്നത്. പക്ഷേ, എന്റെ മനസിൽ ഇന്നൊരു ലക്ഷ്യമുണ്ട്. എനിക്ക് ഇക്കണോ

മിക്സ് പഠിക്കണം. അതും ശാസ്ത്രം തന്നെയാണല്ലോ-സാമ്പത്തികശാസ്ത്രം. അതുപഠിച്ചാലും ഉയർന്നനിലയിൽ എത്താൻ കഴിയും എന്നെനിക്ക് കാണിച്ചുകൊടുക്കണം എല്ലാവർക്കും.

ക്ലാസിൽ ടീച്ചർ ചോദ്യം ചോദിച്ചു തുടങ്ങിയെന്ന് ഞാനറിയുന്നത് ലയയെ ടീച്ചർ ഗെറ്റൗട്ട് അടിക്കുന്നതിന്റെ ബഹളം കേട്ടപ്പോഴാണ്. എല്ലാരുടെയും മുഖം ഞാൻ നോക്കി. ആർക്കും ഉത്തരമറിയില്ല എന്ന് എനിക്ക് മനസിലായി. എനിക്കാണെങ്കിലോ ചോദ്യംപോലും അറിയില്ല. ഞാൻ ടീച്ചർ എന്നെ നോക്കുന്നില്ലെന്ന് ഉറപ്പുവരുത്തിയശേഷം തിരിഞ്ഞിരുന്ന് അനുവിനോട് ചോദ്യം എന്താണെന്ന് ചോദിച്ചു. അനു കെമിസ്ട്രി കാമുകിയാണ്. അവൾക്ക് വലിയ ഇഷ്ടമാണ് കെമിസ്ട്രി. അവളോടു തന്നെ ഞാൻ ചോദ്യം എന്താണെന്ന് തിരക്കിയതിന്റെ കാരണം അവളിൽ നിന്നുതന്നെ ഉത്തരവും കിട്ടുമെന്നെനിക്ക് അറിയാവുന്നതുകൊണ്ടാണ്. അവളെനിക്ക് ചോദ്യവും ഉത്തരവും പറഞ്ഞുതന്നു. എന്നിട്ടവളുടെ സ്ഥിരം ഡയലോഗും പറഞ്ഞു: "ഉത്തരം അതാണോ എന്നെനിക്ക് ഉറപ്പില്ല." അപ്പോൾ ഞാനും എന്റെ മറുപടി കൊടുത്തു: "ഉത്തരം അതല്ലെങ്കിൽ നിന്നെ ഞാൻ കൊല്ലും." അങ്ങനെപറഞ്ഞ് തിരിഞ്ഞതും ടീച്ചർ എന്നെത്തന്നെ വിളിച്ചു, ചോദ്യം ചോദിക്കുന്നതിനുമുമ്പ് ഞാനുത്തരവും പറഞ്ഞു. അപ്പോഴാണ് ഞാനറിയുന്നത് ആദ്യം ചോദിച്ച ചോദ്യത്തിനുള്ള ഉത്തരം ആരോ പറഞ്ഞു കഴിഞ്ഞു എന്നും ഞാനും അനുവും സംസാരിച്ചുകൊണ്ടിരുന്നതിനിടെ രണ്ടാമത്തെ ചോദ്യത്തിനുള്ള ഉത്തരം ശ്രുതിയോട് ചോദിച്ച് അവൾ പറയാതിരുന്നതുകൊണ്ടാണ് എന്നോട് ചോദിച്ചതെന്നും. എന്നിട്ട് ഞാൻ പറഞ്ഞതോ ആദ്യത്തെ ചോദ്യത്തിനുള്ള ഉത്തരം. ക്ലാസ്സിൽ എല്ലാപേരും ചിരിച്ചു; ടീച്ചറൊഴികെ. ടീച്ചർ പഴുത്ത കനൽ പോലെ നിന്നു. എന്നെ എന്തൊക്കെയോ പറഞ്ഞു. ലയയ്ക്കൊരു കമ്പനി കൊടുക്കാൻ ഞാനും വെളിയിൽ പോയിനിന്നു. ഞങ്ങൾ രണ്ടുപേരും തമ്മിൽ നോക്കി പൊട്ടിച്ചിരിച്ചു (ടീച്ചർ കേൾക്കാനിടയില്ലാത്ത വിധം).

3

“മലാലയേ പറ്റി കേട്ടോ?”

പതിവുപോലെ ലഞ്ച് ബ്രേക്ക് ആയപ്പോൾ ഞാൻ ലഞ്ച് ബോക്സ് തുറന്നു. ലയ അതെടുത്തു കൊണ്ടുപോയി മുഴുവനും കഴിച്ചു. ഞാൻ അനുവിന്റെ ലഞ്ച് കഴിച്ചു. അവൾ എനിക്കും ഹിമയ്ക്കും മാത്രമേ ലഞ്ച് ഷെയർ ചെയ്യാറുള്ളൂ. അവൾക്ക് ഭയങ്കര വൃത്തിയാണ് (ഭക്ഷണ കാര്യത്തിൽ മാത്രം). പിന്നെ ധാരാളം സമയം ഫ്രീയായി കിട്ടി. ലഞ്ച് ബ്രേക്ക് കഴിഞ്ഞിട്ടുള്ള പീരീഡ് കമ്പ്യൂട്ടർ ആയിരുന്നു. ഞങ്ങൾക്കതൊരു ഫ്രീ പീരീഡ് ആണ്. സർ വരും. കഥകളി കാഴ്ചക്കാരനെപ്പോലെ ഇരുന്ന് ഞങ്ങളെയൊക്കെ അന്തംവിട്ടുനോക്കും. പിന്നെ ഉറങ്ങും. ബെൽ അടിക്കുമ്പോൾ ഉണരും, എണീറ്റുപോകും. ആ പീരീഡിൽ ഞങ്ങൾ ഒരുപാട് സംസാരിക്കും. സർ ഉറക്കമല്ലേ? ഒന്നും പറയില്ല. ഞാനും ഹിമയും കൂടുതൽ സംസാരിക്കാറുള്ളത് കമ്പ്യൂട്ടർ പിരീഡിലും പിന്നെ ബസിൽ വെച്ചുമാണ്.

“മലാലയേ പറ്റി കേട്ടോ?” ഹിമ ചോദിച്ചു.

“കേട്ടു. പാവം കുട്ടി അല്ലേ?” ഞാൻ പറഞ്ഞു.

“പാവമാണ്. അതിലേറെ അവൾ ധീരയാണ്. നമ്മളെപ്പോലുള്ളവർക്ക് ഊർജമാണ്.” അവൾ പറഞ്ഞത് ശരിയായിരുന്നു. മലാല ധീരയാണ്.

“ചെറിയ പ്രായമാണെങ്കിലും വലിയ മനക്കരുത്ത് ഉള്ളവളാണ് മലാല. സ്വന്തം കാര്യം മാത്രം നോക്കാൻ അവൾ ആഗ്രഹിക്കുന്നില്ല. അവളെ പോലെ എല്ലാപേരെയും അവൾ സ്നേഹിക്കുന്നു. നിന്നെ പോലെ നിന്റെ അയൽക്കാരനേയും സ്നേഹിക്കുക എന്ന് നൂറുവട്ടം പറഞ്ഞ് നാഴികയ്ക്ക് നാൽപ്പത് വട്ടം പള്ളിയിൽ പോയി കുത്തിയിരുന്നിട്ടോ അമ്പലത്തിൽ പോയി ഉരുണ്ടിട്ടോ കാര്യമില്ല. നല്ല കാര്യങ്ങൾ ജീവിതത്തിൽ ചെയ്യാൻ പഠിക്കണം. അമ്പലത്തിൽ അന്നദാനത്തിന് തള്ളിക്കയറുമ്പോഴും പള്ളിയിലേക്ക് അപ്പത്തിനായി വായപൊളിക്കുമ്പോഴും, ഇവരാരെങ്കിലും ചിന്തിക്കുന്നുവോ ഈ രാജ്യത്ത് ഭക്ഷണം കണ്ടിട്ടു തന്നെ എത്രയോ നാളുകളായ ആളുകളുണ്ടെന്ന്? അവർക്കൊക്കെ വേണ്ടി എന്തെങ്കിലും ചെയ്യണം എന്ന് ആരെങ്കിലും ഒരിക്കലെങ്കിലും വിചാരിക്കുന്നുണ്ടോ? വിചാരിക്കും, മനസിൽ. പ്രവർത്തിക്കാൻ വയ്യ പക്ഷേ....” അവൾ പറയുന്നതിൽ മാത്രം മുഴുകി ഞാനിരുന്നു.

“ശരിയാണ്. മലാല ധീരയാണ്. അവൾ തളരുന്നതേയില്ല. അത്ഭുതം തന്നെ. എനിക്കും അവൾ ചെയ്യുന്നതുപോലെ ചെയ്യാൻ കഴിഞ്ഞിരുന്നെങ്കിൽ” ഞാൻ തുറന്നുപറഞ്ഞു.

“അങ്ങനെ വിചാരിക്കരുത്. നമ്മൾ ഓരോരുത്തരും അതൊക്കെ ചെയ്യേണ്ടവരാണ്. അവൾ ചെയ്യുന്നതുപോലെ ചെയ്യാൻ കഴിഞ്ഞിരുന്നെങ്കിൽ എന്നു പറയാതെ അവൾ ചെയ്യുന്നതുപോലെ ചെയ്യും എന്ന് പറയൂ. ആളുകളെ പറഞ്ഞ് മനസിലാക്കാൻ സാധിക്കുക എന്നത് അവളുടെ കഴിവും, എല്ലാപേർക്കും വിദ്യാഭ്യാസ അവകാശങ്ങൾ ലഭിക്കാൻ വേണ്ടി പോരാടുക എന്നത് അവളുടെ കടമയും ആണ്. അവകാശങ്ങൾ നഷ്ടപ്പെടുന്നവർക്കുവേണ്ടി പോരാടുക എന്നത് എല്ലാപേരുടെയും കടമയാണ്. നല്ല മനസുള്ളവർക്കും ഒരു “സമത്വസുന്ദര നവലോകം” ആഗ്രഹിക്കുന്നവർക്കും മാത്രമേ അതിന് കഴിയൂ. നമുക്കതിനു കഴിയും എന്ന് മനസിലാക്കുക. കേട്ടിട്ടില്ലേ–

“പഠിച്ചു ഞങ്ങൾ നല്ലവരാകും
ജയിച്ചു ഞങ്ങൾ മുന്നേറും

പടുത്തുയർത്തും ഭാരതമണ്ണിൽ
സമത്വസുന്ദര നവലോകം"

അതായിരിക്കണം നമ്മുടെ ലക്ഷ്യം.

"ഉറപ്പ്. എന്റെ ലക്ഷ്യവും അതുതന്നെ ആയിരിക്കും."

ഞാൻ പെട്ടെന്നു പറഞ്ഞു.

അപ്പോഴാണ് എല്ലാപേരും എണീക്കുന്നത് ശ്രദ്ധിച്ചത്. ടീച്ചർ ക്ലാസിൽ വന്നു. ഹിന്ദി പീരീഡ് ആയിരുന്നു. വളരെ രസകരമായ ഒരു പീരീഡ്. അത് ടീച്ചർ പഠിപ്പിക്കുന്നത് രസകരമായതുകൊണ്ടല്ല. ആ പീരീഡിൽ ഞങ്ങൾ എന്തു ചെയ്താലും ടീച്ചർ പറയും: "മക്കളേ, ഒരിക്കലും ഒരു ക്ലാസിലിരുന്ന് ബഹളം വെക്കരുത്. എപ്പോഴും ടീച്ചർ പറയുന്നതിൽ ശ്രദ്ധിക്കൂ" എന്ന്.

ടീച്ചർ ആ വാചകം പറയുന്ന രീതിയാണ് രസകരം. ടീച്ചറിനെ കൊണ്ടത് പറയിക്കാൻവേണ്ടി ഞങ്ങൾ ഓരോ വികൃതികൾ കാണിക്കും. അതുകൊണ്ടാണ് ആ പിരീഡ് വളരെ രസകരമായി ഞങ്ങൾക്ക് അനുഭവപ്പെടുന്നത്. ഹിമയല്ലാതെ വേറൊരാളും ഈ ടീച്ചർ പറയുന്നത് ശ്രദ്ധിക്കാറില്ല. പുറകിലിരുന്ന് ശ്രീക്കുട്ടി കാണിക്കുന്ന കുസൃതികൾ കണ്ട് ഞാനുറക്കെ പൊട്ടിച്ചിരിക്കാൻ തുടങ്ങി. അപ്പോഴാണ് പതിവില്ലാതെ ഹിമ എന്നോട് ചോദിച്ചത്- "കുറച്ചു മുമ്പേ നീ എന്താ പറഞ്ഞേ?" ഞാനൊരു 3 സെക്കന്റ് ആലോചിച്ചു. അപ്പോഴാണ് ഓർത്തത്—

"പഠിച്ചു ഞങ്ങൾ നല്ലവരാകും...."

ഞാനവളെ നോക്കി ചിരിച്ചു. അവളും. പതിവുകൾ തെറ്റിച്ച് ഞാൻ ടീച്ചർ പറയുന്നത് ശ്രദ്ധിച്ചുതുടങ്ങി.

4

"നിനക്ക് നല്ല മാറ്റമുണ്ട്"

സ്കൂൾ വിട്ടപ്പോൾ ഞാൻ ബസിൽ കയറി ഓടിച്ചെന്ന് സീറ്റ് പിടിച്ചു. ഹിമ എന്നത്തേയുംപോലെ വൈകി ബസിൽ എത്തി. അവൾ വളരെ സന്തോഷത്തോടെ എന്റെയടുത്ത് വന്നിരുന്നു. എന്റെ തോളിൽ കൈവച്ച് ഉത്സാഹത്തോടെ അവൾ പറഞ്ഞു:

"നിനക്ക് നല്ല മാറ്റമുണ്ട്. നിന്റെ മനസും ചിന്തയും നല്ലരീതിയിൽ മാറുന്നത് എനിക്ക് മനസിലാകുന്നു. എനിക്ക് വളരെ സന്തോഷമുണ്ട്."

ഞാൻ ചിരിച്ചുകൊണ്ട് അവളുടെ തോളിലേക്ക് ചാഞ്ഞു. ഞാൻ ഏറ്റവും അധികം സന്തോഷിച്ച നിമിഷം അതാണെന്നെനിക്ക് തോന്നി. അവൾ പറഞ്ഞത് ശരിയാണോ എന്നെനിക്ക് അറിയില്ല. പക്ഷേ, ഞാൻ ചിന്തിച്ചുതുടങ്ങി എന്നും എന്റെ ചിന്തകൾ പുരോഗമിക്കുന്നുണ്ടെന്നും എനിക്ക് തോന്നിത്തുടങ്ങിയിരുന്നു.

അടുത്തദിവസം ബസ് വൈകിയാണ് സ്കൂളിലെത്തിയത്. കാരണം ഞാൻ തന്നെയാണ്. എന്റെ വീടിനു മുമ്പിൽ ബസിന് 2 മിനിട്ട് കൂടുതൽ സമയം കാത്തുനിൽക്കേണ്ടി വന്നു-എനിക്കുവേണ്ടി. ഞാൻ എഴുന്നേൽക്കാൻ താമസിച്ചു എന്ന് ചുരുക്കി പറയാം. സ്കൂളിലെത്തിയപ്പോഴേക്കും അസംബ്ലി തുടങ്ങിയി

രുന്നു. ഞാനും ഹിമയും ക്ലാസിൽ ബാഗ് വച്ച് ഓടി അസംബ്ലി ഹാളിൽ പോയി ഏറ്റവും പുറകിൽ നിന്നു. ക്ലാസ് ടീച്ചർ കണ്ണുരുട്ടി. ഞാൻ പേടിച്ചുപോയി എന്ന രീതിയിൽ അഭിനയിച്ചു. ഹിമ എന്ത് ചെയ്തു എന്ന് എനിക്കറിയില്ല, അവളെന്റെ പുറകിലാണ് നിന്നത്. പിന്നെ കുട്ടികൾ താമസിച്ച് സ്കൂളിലെത്തുമ്പോഴും, ക്ലാസിലിരുന്ന് സംസാരിക്കുമ്പോഴും, ഹോം വർക്ക് ചെയ്യാതെ വരുമ്പോഴും ഒക്കെ 'ഞാനും ഇങ്ങനെയൊക്കെ ആയിരുന്നു' എന്നോർക്കാതെ എല്ലാ ടീച്ചർമാരും കണ്ണുരുട്ടാറുമുണ്ട്. ചിലപ്പോ വഴക്കുപറയാറുമുണ്ട്. അത് സർവസാധാരണമാണല്ലോ. ഒരു അഞ്ചാംതരം വരെ ഹോം വർക്ക് ചെയ്യാതെ സ്കൂളിൽ പോകുക എന്നത് എന്റെ ഒരു പേടിസ്വപ്നം ആയിരുന്നു. ലോകത്തിലെ ഏറ്റവും വലിയ തെറ്റ് അതാണെന്നായിരുന്നു എന്റെ വിചാരം. പിന്നെപ്പിന്നെ അത് മാറി. ഹോം വർക്ക് കൃത്യമായി ചെയ്യുന്ന വരെ നോക്കി കണ്ണുരുട്ടാനും ഞാൻ പഠിച്ചു. ഹോം വർക്ക് ചെയ്യാൻ ഞാൻ എപ്പോഴും മറക്കും. മറക്കാതിരിക്കാൻ ഒരു ദിവസം ബുക്കിൽ എന്തൊക്കെ ഹോം വർക്ക് ചെയ്യണം എന്നെഴുതി വച്ചാൽ ഏതു ബുക്കിലാണ് എഴുതിയതെന്നും മറന്നുപോകും. എനിക്ക് വല്ല മറവിരോഗമോ മറ്റോ ആണെന്ന് ഞാൻ ആദ്യം വിചാരിച്ചു. പക്ഷേ, എനിക്ക് കണ്ട സിനിമകളും അതിലെ പാട്ടുകളും വരികളും ഒക്കെ ഓർമയുണ്ടെന്നറിഞ്ഞപ്പോ മനസിലായി താൽപ്പര്യക്കുറവ് കൊണ്ടുണ്ടാകുന്ന മറവിയാണ് ഹോം വർക്ക് ചെയ്യാതിരിക്കാനുള്ള കാരണം എന്ന്. ഇപ്പോഴും എനിക്കാ മറവിയുണ്ട് എന്നതാ രസം. പക്ഷേ, ഞാൻ പഠനകാര്യത്തിൽ തീരെ മോശമാണെന്ന് തോന്നിയിട്ടില്ലാ എനിക്ക്. ടീച്ചർമാർക്കങ്ങനെയൊക്കെ തോന്നുമായിരിക്കാം. പക്ഷേ, എനിക്ക് ഞാൻ സാമാന്യം 'നന്നായി' പഠിക്കുന്ന കുട്ടിയാണ്.

അസംബ്ലി കഴിഞ്ഞ് ഞങ്ങൾ ക്ലാസിലേക്ക് നടന്നു. സീറ്റിലിരിക്കാൻ തുടങ്ങിയതും ക്ലാസ് ടീച്ചർ വന്നു. ഞാൻ പ്രതീക്ഷിച്ച പോലെ തന്നെ അറ്റന്റൻസ് രജിസ്റ്റർ തുറന്ന് പേരുകൾ വായിച്ചുവായിച്ച് എന്റെ പേരെത്തിയപ്പോൾ തുറിച്ചുനോക്കി. ഞാൻ കമ്പികൊണ്ട് വേലികെട്ടിയ 28 പല്ലും കാണിച്ച് ഒരു 100

വോൾക്സ് ചിരി വച്ചുകൊടുത്തു. പക്ഷേ, ടീച്ചർ ഗൗരവം വിട്ടില്ല. വീണ്ടും രജിസ്റ്റർ നോക്കി അറ്റന്റൻസ് എടുക്കാൻ തുടങ്ങി. ഞാൻ ഹിമയുടെ ചെവിയിൽ പറഞ്ഞു: "അടുത്തത് നീ തന്നെ."

പക്ഷേ, ഹിമയുടെ പേര് വിളിച്ചെങ്കിലും ടീച്ചർ അവളെ കണ്ണുരുട്ടി പേടിപ്പിച്ചില്ല (എന്നെ ചിരിപ്പിച്ചില്ല). അപ്പോൾ മനസിലായി ഞാൻ ടീച്ചറുടെ നോട്ടപ്പുള്ളി ലിസ്റ്റിൽ മെമ്പർ ആണെന്ന്.

അടുത്ത പീരീഡിനുള്ള ബെൽ അടിക്കുന്നതിനുമുമ്പ് ഞാനൊരു പത്തുതവണ എങ്കിലും കോട്ടുവാ ഇട്ടിട്ടുണ്ടാകും.

5

"ഈ കാറ്റ് നിലയ്ക്കാതിരുന്നെങ്കിൽ"

അടുത്ത പീരീഡ് ഗെയിംസ് ആയതുകൊണ്ട് എനിക്ക് തീരെ ക്ഷമയില്ലായിരുന്നു. അഖിലും ആനന്ദും ഒരിക്കലും ബുധനാഴ്ചയും വെള്ളിയാഴ്ചയും സ്കൂളിൽ വരാതിരിക്കില്ല. കാരണം ഈ രണ്ടു ദിവസങ്ങളിലേ ഗെയിംസ് പിരീഡുള്ളൂ. ഗെയിംസ് പീരീഡിന് ഞങ്ങളെ ഗ്രൗണ്ടിൽ കൊണ്ടുപോകും. അവിടെ ഒരു വലിയ മരം ഗ്രൗണ്ടിന്റെ ഏതാണ്ട് നടുവിൽത്തന്നെ നിൽപ്പുണ്ട്. ആൽമരംപോലെ വലുതാണത്. അതിന്റെ പേരെന്താണെന്ന് എനിക്കിതുവരെ അറിയില്ല. അവിടെ നല്ല കാറ്റാണ്. അതിന്റെ ചോട്ടിലിരിക്കുക എന്നതാണ് ഏറ്റവും നല്ല വിനോദമായി ഞാൻ കണ്ടിരുന്നത്. അതിന്റെ ചോട്ടിലിരുന്ന് വായിക്കാൻ എനിക്ക് വലിയ ഇഷ്ടമാണ്. നല്ല തണലും, കാറ്റും, ശുദ്ധവായുവുമൊക്കെ-ഒരു നല്ല അനുഭവം തന്നെയാണ്. ഒരുദിവസം ഞാനും ഹിമയും ആ വലിയ മരത്തിന്റെ തണലിലിരുന്നു വായിക്കുകയായിരുന്നു. പ്രതീക്ഷിക്കാതെ ഒരു മഴ പെയ്തു. എല്ലാപേരും ക്ലാസിലേക്കോടി. ഞങ്ങൾ മരത്തിന്റെ ചോട്ടിൽത്തന്നെ നിന്നു. ഞങ്ങൾ നനഞ്ഞതേയില്ല. ഒരു കുടയ്ക്കുകീഴിൽ നിന്നതുപോലെ. മഴ തീർന്നപ്പോൾ ഞങ്ങൾ തിരികെ ക്ലാസിലേക്ക് പോയി. അതിനുശേഷം പിന്നിതുവരെ അങ്ങനൊരനുഭവം ഉണ്ടായിട്ടേയില്ല. ഞാൻ ഗെയിംസ് പീരീഡിൽ ഗ്രൗണ്ടിലേക്ക് പോകുന്നതുതന്നെ അവിടെ ഇരിക്കാനാണ്. റോസി ടീച്ചർ ഞങ്ങളെ ഗ്രൗണ്ടിലേക്ക് വരിവരി

യായി കൊണ്ടുപോയി. റോസി ടീച്ചറാണ് ഞങ്ങളുടെ ഗെയിംസ് ടീച്ചർ. ഗെയിംസ് ടീച്ചർ എന്ന് പറയുമ്പോൾ എല്ലാപേരും കരുതും പി ടി ഉഷയെപ്പോലെ നല്ല സ്റ്റാമിന ഒക്കെ ഉള്ള, കഴുത്തിൽ വിസിൽ ഒക്കെ കെട്ടിതൂക്കി നടക്കുന്ന ഒരു ആളാണെന്ന്. പക്ഷേ, ടീച്ചർ അങ്ങനെയായിരുന്നില്ല. എവിടെ ഇരുത്തുന്നോ അവിടെ ഇരുന്നുറങ്ങും. ഉറക്കത്തിൽ നിന്നുണർത്തുന്നത് തീരെ ഇഷ്ടമല്ല. അതുകൊണ്ടുതന്നെ ഞങ്ങളാരും അതിന് മുതിരാറുമില്ല. ഇപ്പോ ഈ ഇന്റേണൽ അസെസ്മെന്റ് ഒക്കെ അല്ലേ? ഉണർത്തിയ ആളെ ഓർത്തുവെച്ച് എന്തും ചെയ്തുകളയും. 'ടീച്ചർമാരോടുള്ള പെരുമാറ്റം' എന്ന 'കോള'ത്തിൽ 'വളരെ മോശം' എന്നെങ്ങാനും എഴുതിക്കളഞ്ഞാലോ? ടീച്ചർമാർക്ക് കിട്ടിയിരിക്കുന്ന ആയുധവും ഞങ്ങൾക്കുനേരെയുള്ള ഭീഷണിയുമാണല്ലോ ഇപ്പോഴുള്ള ഇന്റേണൽ അസെസ്മെന്റ്. ആലോചിച്ചാലോചിച്ച് മരത്തിനുചോട്ടിലെത്തിയപ്പോൾ അവിടെ കൂട്ടിന് ഹിമയും വന്നു.

"ക്ലാസിൽനിന്ന് ഇവിടെ എത്തുംവരെ ചിന്തിച്ചുകൂട്ടുകയായിരുന്നല്ലോ? എന്താ കാര്യം?" അവളെന്റെ അടുത്തിരുന്ന് ചോദിച്ചു.

"ഞാൻ വെറുതേ ഓരോന്നാലോചിക്കുവായിരുന്നു. ഈ ഇന്റേണൽ അസെസ്മെന്റിനെ പറ്റി. ടീച്ചർമാർക്ക് അതിപ്പോ ഒരായുധമായിരിക്കുകയല്ലേ?

ഷീല ടീച്ചർ ഹോംവർക്ക് തന്നിട്ട് ഡെഡ് ലൈൻ തന്നു. 25 ന് സബ്മിറ്റ് ചെയ്താൽ മതി എന്നു പറഞ്ഞു. 23 ന് വൈശാഖും റീമയും സബ്മിറ്റ് ചെയ്തപ്പോൾ ക്ലാസിൽ വന്നു പറഞ്ഞു: " വൈശാഖിനും റീമയ്ക്കും ഞാൻ A^+ കൊടുക്കും. അവർ കൃത്യസമയത്തിന് സബ്മിറ്റ് ചെയ്തത് കണ്ടോ?" എന്ന്. നമ്മളൊക്കെ പറഞ്ഞു 25 ന് കൊടുത്താൽ മതിയെന്നാണ് ടീച്ചർ പറഞ്ഞതെന്ന്. പക്ഷേ, അത് ടീച്ചർ വിശ്വസിച്ചതേയില്ല. അങ്ങനെ നമ്മുടെ എല്ലാം ഗ്രേഡ് കുറഞ്ഞു. നീ അതോർക്കുന്നില്ലേ?"

"ഉണ്ട്, പക്ഷേ, അതെന്താ ഇപ്പോ ഓർക്കാൻ കാരണം?" അവൾ ചോദിച്ചു.

"അല്ല; പ്രത്യേകിച്ചുകാരണം ഒന്നുമുണ്ടായിട്ടല്ല. പക്ഷേ, അതെന്നെ ഒരുപാട് വിഷമിപ്പിച്ച സംഭവമാണ്. എനിക്ക് വൈശാഖിനോടും റീമയോടും ദേഷ്യം തോന്നിപ്പിച്ച സംഭവം. ടീച്ചർമാരെ സന്തോഷിപ്പിക്കുന്നവർക്കുമാത്രം മാർക്ക്. ടീച്ചർ അന്നത് കുറി

ച്ചിട്ടിരുന്നെങ്കിൽ നമുക്കും മാർക്ക് കിട്ടിയേനേ. പണിയെടുക്കാൻ മടിയുള്ള ടീച്ചർമാർക്ക് വേണ്ടിയാണ് ഇന്റേണൽ അസെസ്മെന്റ് കൊണ്ടുവന്നിരിക്കുന്നത്. എന്തൊരു കഷ്ടമാണല്ലേ?"

ഞാൻ വികാരഭരിതയായി പറഞ്ഞു. പക്ഷേ, ഹിമ എന്നത്തേയുംപോലെ വളരെ ശാന്തയായി പറഞ്ഞു:

"അങ്ങനെയല്ല. പഠിത്തത്തിൽ അൽപ്പം പിന്നോട്ടും എന്നാൽ മറ്റു കലകളിൽ മുന്നിലും നിൽക്കുന്ന കുട്ടികൾക്ക് വേണ്ടിയുള്ളതാണ് ഇന്റേണൽ അസെസ്മെന്റ് അവർക്ക് മാത്രമല്ല, സ്വന്തം കഴിവുകൾ തിരിച്ചറിയാനാവാത്ത കുട്ടികളെ അത് മനസിലാക്കിക്കൊടുക്കാനും അവരെ മുന്നോട്ട് കൊണ്ടുവരാനും വേണ്ടിയുള്ളതാണത്. പക്ഷേ, ടീച്ചർമാർ ആ വിധത്തിൽ അതിനെ ഉപയോഗിക്കാത്തതാണ് പ്രശ്നം. അല്ലാതെ ഇന്റേണൽ അസെസ്മെന്റ് അല്ല പ്രശ്നം."

"ശരിയാണ്, ഞാനെന്തുകൊണ്ടങ്ങനെ ചിന്തിച്ചില്ല?"

"ഇനി നീ ചിന്തിക്കുമ്പോൾ രണ്ടു വശങ്ങളും ചിന്തിക്കൂ."

അപ്പോൾ നല്ല ഒരു കാറ്റുവീശി. ദൂരെനിന്ന് അനു നടന്നുവരുന്നത് ഞാൻ കണ്ടു. കാറ്റു കാരണം അവളുടെ കഴുത്തറ്റം വരെയുള്ള തലമുടി പിന്നിലേക്ക് പറന്നു. അവൾ വളരെ സുന്ദരിയാണെന്ന് എനിക്കപ്പോൾ തോന്നി. മൂടിയ ആകാശവും, മരത്തിന്റെ തണലും, തണുത്ത കാറ്റും, ഞാനേറ്റവുമധികം ഇഷ്ടപ്പെടുന്നത് ഇവ ഒത്തുചേരുന്ന കാലാവസ്ഥയാണ്. അത് സുഹൃത്തുക്കൾക്കൊപ്പം ഇരിക്കുമ്പോഴാണെങ്കിൽ പിന്നെ ഞാൻ വളരെയധികം സന്തോഷവതിയാകും. ഞാൻ ദീർഘശ്വാസമെടുത്തു. മനസിന് ഒരു വലിയ സമാധാനംപോലെ. ചിലപ്പോഴൊക്കെ പ്രകൃതി നമ്മളോടുള്ള സ്നേഹം ഇങ്ങനെയാവും പ്രകടിപ്പിക്കുക.

"മഴ പെയ്തിരുന്നെങ്കിൽ" ഹിമ ആകാശത്തേക്ക് നോക്കി പറഞ്ഞു.

"ഈ കാറ്റ് നിലയ്ക്കാതിരുന്നെങ്കിൽ" ഞാൻ പറഞ്ഞു.

സ്കൂൾ വിട്ടപ്പോഴാണ് ഓർത്തത് എക്സ്ട്രാ ക്ലാസുള്ള വിവരം വീട്ടിൽ പറയാൻ മറന്നുവെന്ന്.

6

"എനിക്ക് കുറച്ച് ശുദ്ധവായു വേണം"

സ്കൂൾ കോമ്പൗണ്ടിന് ഉള്ളിൽത്തന്നെ ഒരു കോയിൻ ബോക്സ് ടെലിഫോൺ ഉള്ളത് വലിയ ഉപകാരമാകുന്നത് ഈ സന്ദർഭങ്ങളിലാണ്. ഞാൻ ഫോൺ വിളിക്കാനായി സ്കൂൾ ഗേറ്റിന് അടുത്തേക്ക് നടന്നപ്പോഴാണ്, പുറകിൽനിന്നാരോ വിളിച്ചുപറഞ്ഞത്–"നിൽക്ക് ഞാനും വരുന്നു."

ലയയായിരുന്നു അത്. അവൾ ഓടി വന്നു.

"എനിക്കും വീട്ടിൽ വിളിച്ചുപറയണം."

ഞങ്ങളൊരുമിച്ച് ഫോൺ ഇരിക്കുന്നിടത്തേക്ക് പോയി. ഗേറ്റിനോട് ചേർന്നാണ് ഫോൺ വെച്ചിരിക്കുന്ന ചെറിയ ഒരു മുറി. ആദ്യം ഞാൻ വീട്ടിലേക്ക് വിളിച്ചു. ഒന്നര മണിക്കൂർ കഴിയും ക്ലാസ് തീരാനെന്നറിയിച്ചു.

ലയ വീട്ടിലേക്ക് വിളിച്ചു. അവൾ അവൾടെ അച്ഛനോട് നുണ പറയുന്നത് ഞാൻ അത്ഭുതത്തോടെ കേട്ടുനിന്നു–

"അച്ഛാ ലയയാണ്. ഇന്നു ബയോളജി എക്സ്ട്രാ ക്ലാസ് ഉണ്ട്. രണ്ട് മണിക്കൂർ കഴിഞ്ഞ് വിളിക്കാൻ വരണേ. ശരി ഞാൻ പോകുന്നു."

അവളെന്നെ നോക്കി ചിരിച്ചു.

"നീ എന്തിനാ അങ്ങനെ പറഞ്ഞത്? ഒന്നര മണിക്കൂർ അല്ലേ

ക്ലാസ് ഉള്ളൂ? രണ്ട് മണിക്കൂർ കഴിഞ്ഞ് വന്നാൽ മതിയെന്നെന്തിനാ പറഞ്ഞേ?"

"ചുമ്മാ. വീട്ടിൽ പോയാൽ ബോറടിക്കും. പഠിക്കാൻ പറയും. ഇവിടെയാകുമ്പോൾ ക്ലാസ് കഴിഞ്ഞ് വെളിയിലൊക്കെ ഇറങ്ങി കറങ്ങി നടക്കാമല്ലോ."

"അതെന്തിനാ കറങ്ങിനടക്കുന്നത്? നിന്റെ അച്ഛനുമമ്മയും പാവം. അവർ നിന്നെ വിശ്വസിച്ചിരിക്കുന്നു. നീയാണെങ്കിലോ? നിനക്ക് അവരുടെ സ്നേഹത്തിന്റെ വില അറിയില്ല" ഞാൻ പറഞ്ഞു.

"നിനക്കെന്റെ അച്ഛനെയും അമ്മേയെയും അറിയില്ല. എന്നെ എവിടെയും വിടില്ല. ഇന്നുവരെ എന്നെ സ്കൂളിൽനിന്നുള്ള പിക്നികിനുപോലും വിട്ടിട്ടില്ല. സ്കൂളും വീടുമല്ലാതെ ഞാൻ വേറൊരു സ്ഥലവും കാണുന്നത് അവർക്കിഷ്ടമല്ല. വീട്ടിൽ പോയാൽ എപ്പോഴും പഠിക്കാൻ പറയും."

അവളപ്പോൾ വിഷമിക്കുന്നതായി എനിക്കു തോന്നി. ഞാനവളോട് വേഗം ക്ലാസിലേക്കുപോകാമെന്ന് പറഞ്ഞു. ഞങ്ങൾ ക്ലാസിലെത്തിയപ്പോഴേക്കും ടീച്ചർ വന്നിരുന്നു. ഞങ്ങളെ വഴക്കു പറയാത്തതിന്റെ സന്തോഷത്തിൽ ഞങ്ങൾ ചിരിച്ചുകൊണ്ട് സീറ്റിലേക്ക് ചെന്നിരുന്നു.

എനിക്ക് ലയയോട് സഹതാപം തോന്നി. അവൾ പറഞ്ഞതു തെറ്റുതന്നെ, പക്ഷേ, എവിടെയും വിടാതെ കൂട്ടിലടച്ചപോലെ വളർത്തിയതാണ് അവളെ കൊണ്ടിങ്ങനെ പറയിച്ചത്.

ഞാൻ ടീച്ചറിന്റെ മുഖത്തേക്ക് നോക്കി. ഞാൻ ശ്രദ്ധിക്കുന്നേയില്ല എന്നത് ടീച്ചർ മനസിലാക്കി എന്ന് ഞാനും മനസിലാക്കി. ഞാൻ ശ്രദ്ധയെ പഠിത്തത്തിലേക്കുതിരിച്ചു. ക്ലാസ് കഴിഞ്ഞിറങ്ങിയപ്പോൾ ലയ ഗ്രൗണ്ടിലേക്ക് പോകുന്നത് ഞാൻ കണ്ടു. ഞാനവളുടെ പുറകേ ഓടി. അവൾ മരത്തിന്റെ കീഴെ ചെന്നിരുന്നു, ഞാനവളുടെ അടുത്തും.

"നീ എന്താ ഇവിടെ ഇരിക്കുന്നേ?" ഞാൻ ചോദിച്ചു.

"എനിക്ക് കുറച്ച് ശുദ്ധവായു വേണം, ഏകാന്തത വേണം. ഫ്ളാറ്റിലെ മൂന്നാമത്തെ നിലയിൽ ചെന്ന് മുറിയടച്ച് പഠിക്കാനി

രിക്കുമ്പോൾ ഉള്ള ഏകാന്തത എനിക്ക് വെറുപ്പാണ്. തണലും കാറ്റും ഒക്കെ നിറഞ്ഞ ഈ ഏകാന്തതയെ ആണ് ഞാനിഷ്ടപ്പെടുന്നത്. അരമണിക്കൂർ എങ്കിലും എനിക്കത് ആസ്വദിക്കണം."

എനിക്കവളോട് എന്ത് പറയണം എന്നറിയില്ലായിരുന്നു. അവൾക്കു വേണ്ടി എനിക്കു ചെയ്തുകൊടുക്കാൻ കഴിയുന്ന ഏറ്റവും വലിയ കാര്യം അവിടുന്ന് മാറി അവളെ തനിച്ചിരിക്കാൻ അനുവദിക്കുകയാണ് എന്നു ഞാൻ മനസിലാക്കി. ഞാൻ അവളോട് പോകുന്നു എന്നുപറഞ്ഞു അവിടുന്ന് സ്കൂളിനു വെളിയിലേക്കു നടന്നു.

7

"നമുക്ക് നടന്നു പോവാം"

ഞാൻ ആ മരത്തിനു ചോട്ടിലിരുന്ന് ആനന്ദിക്കുന്നതിലു മേറെ അവൾ അവിടെ ഇരിക്കുമ്പോൾ സന്തോഷവതിയാകുന്നു എന്ന് ഞാൻ മനസിലാക്കി. ഞാൻ ഗേറ്റിന് വെളിയിലേക്കെത്തി യപ്പോൾ ഹിമയെ കണ്ടു. അവളെനിക്കുവേണ്ടി കാത്തുനിൽക്കു കയാണെന്ന് എനിക്ക് മനസിലായി.

"എത്ര നേരമായി ഞാനിവിടെ നിൽക്കുന്നു. നീയെവിടെ പോയതാ?"

"ഹിമ, ഞാനൊരു കാര്യത്തിന്റെ ഇരുവശങ്ങളെയും പറ്റി ചിന്തിച്ചുതുടങ്ങിയിരിക്കുന്നു."

അവളെന്നോട് കാര്യം തിരക്കിയില്ല. എന്നെ നോക്കി ചിരി ച്ചു. എന്റെ കൈ പിടിച്ചു, ഞങ്ങൾ ഒരുമിച്ച് വീട്ടിലേക്ക് പോകാ നൊരുങ്ങി.

"നമുക്കു നടന്നു പോകാം?" അവളെന്നോട് ചോദിച്ചു.

"വീടുവരെയോ? ഒരുപാട് ദൂരമില്ലേ?" ഞാനത്ഭുതത്തോടെ ചോദിച്ചു.

"അധികമൊന്നുമില്ല. ഒരുമിച്ച് നടന്നാൽ ദൂരമറിയില്ല നടക്കാം."

ഞാൻ സമ്മതിച്ചു. ഞങ്ങൾ നടക്കാൻ തുടങ്ങി. എന്തൊ ക്കെയോ സംസാരിച്ചു.

ഇടയ്ക്ക് ഞാൻ ചോദിച്ചു:

"നീ വായിച്ചുകൊണ്ടിരുന്ന പുസ്തകമെവിടെ? സാധാരണ

അതെപ്പോഴും നിന്റെ കൈയിൽ ഉണ്ടാവുമല്ലോ."

"ഞാനത് ഇന്നലെ വായിച്ചുകഴിഞ്ഞു. ലൈബ്രറിയിൽ തിരിച്ചുകൊടുത്തു. നിന്റെ വായനയൊക്കെ നടക്കുന്നുണ്ടോ? ഞാൻ തന്ന പുസ്തകങ്ങളൊക്കെ വായിച്ചോ?"

"ഞാനതൊക്കെ വായിച്ചു കഴിഞ്ഞു." ഞാൻ സത്യസന്ധമായി പറഞ്ഞു.

"ഇനി ഞാൻ വേറെ കുറച്ച് പുസ്തകങ്ങൾ തരാം. *രണ്ടാംമൂഴം, ബാല്യകാലസഖി, ഗോഡ് ഓഫ് സ്മാൾ തിംഗ്സ്* ഒക്കെ തരാം. നീ ആൻ ഫ്രാങ്കിന്റെ *ഡയറിക്കുറിപ്പുകൾ* വായിച്ചിട്ടുണ്ടല്ലോ?"

"ഉണ്ട്. നീ തന്നെയാണ് എനിക്കാ പുസ്തകം തന്നത്" ഞാൻ പറഞ്ഞു.

"അപ്പോൾ ഇനി ഹിറ്റ്ലറിന്റെ ഓട്ടോബയോഗ്രഫി തരാം. അതുംകൂടി വായിക്ക്."

"ഞാൻ തീർച്ചയായും വായിക്കാം. എനിക്കിപ്പോൾ വായനയിൽ താൽപ്പര്യം കൂടിയിട്ടുണ്ട്. നീ തന്ന പുസ്തകങ്ങൾ ഒക്കെ ഞാൻ നാളെ തന്നെ തിരിച്ചുതരാം."

"ഓട്ടോബയോഗ്രഫി ഓഫ് ഹിറ്റ്ലർ ഞാനും നാളെ തന്നെ തരാം. വായിച്ചിരിക്കുന്നത് വളരെ നല്ലതാണ്. പക്ഷേ, ആൻ ഫ്രാങ്കിന്റെ പുസ്തകം വായിച്ചിട്ടേ അത് വായിക്കാൻ പാടുള്ളൂ. അയാൾ ചെയ്ത ക്രൂരതകൾ ഒക്കെ മനസിൽ എപ്പോഴുമുണ്ടാകണം. ഹിറ്റ്ലറിൽ ഒരു കഠിനാധ്വാനി ഉണ്ടായിരുന്നു; ലക്ഷ്യബോധം മനസുനിറയേ ഉണ്ടായിരുന്നു. അതൊക്കെ മനസിലാക്കിയിരിക്കുന്നത് നല്ലതാണ്. പക്ഷേ, ആ പുസ്തകം വായിക്കുമ്പോഴൊക്കെ അയാൾ ചെയ്തുകൂട്ടിയ വൃത്തികേടുകളൊക്കെ ഓർമയുണ്ടാകണം. അയാൾ പരിശ്രമിക്കുന്ന ആളാണ് എന്നൊക്കെ വായിച്ച് മനസിലാക്കുന്നത് നല്ലതുതന്നെ. പക്ഷേ, പ്രചോദനമായി ആ പുസ്തകവും ഹിറ്റ്ലറും നിന്റെ മനസിൽ കയറാതെ ശ്രദ്ധിക്കണം, കേട്ടോ. അതപകടമാണ്" അവൾ സ്നേഹത്തോടെ പറഞ്ഞു.

ഞാൻ ചിരിച്ചുകൊണ്ട് ഒരു ചെറിയകുട്ടിയെപോലെ തലകുലുക്കി സമ്മതം മൂളി. വീടെത്തുംവരെ ഞങ്ങൾ മനസ്സ് തുറന്നു സംസാരിച്ചു. അവളുടെ വീടാണ് ആദ്യം. അവൾ പോയി കഴിഞ്ഞ് എന്റെ വീട്ടിലേക്ക് തനിയെ നടന്നപ്പോൾ വിഷമം തോന്നി. എന്റെ

യഥാർഥ സുഹൃത്ത് അവൾതന്നെയാണെന്ന് അപ്പോൾ മനസിലായി.

അടുത്ത ദിവസം എനിക്ക് സ്കൂളിൽ പോകാൻ കഴിഞ്ഞില്ല. പ്രതീക്ഷിക്കാതെ ഒരു പനി. അതെന്നെ തളർത്തിക്കളഞ്ഞു. സ്കൂളിൽ പോകുക എന്നത് ചിന്തിക്കാൻപോലും കഴിയാത്ത വിധം ക്ഷീണം എന്നെ തടവിലാക്കിക്കളഞ്ഞു. വീട്ടിൽ ആവി ഒക്കെ പിടിച്ച് വിശ്രമിക്കുമ്പോഴൊക്കെ മനസിൽ ഹിറ്റ്ലറിന്റെ പുസ്തകമായിരുന്നു. അത് വാങ്ങാൻ പറ്റാത്തതിലെ വിഷമവും. ഹിമയ്ക്ക് തിരികെ കൊടുക്കാനുള്ള പുസ്തകങ്ങളൊക്കെ ഞാനെടുത്ത് വച്ചിരിക്കുകയായിരുന്നു. ഒക്കെ ആലോചിച്ചാലോചിച്ച് ഞാനുറങ്ങിപോയി.

അടുത്തദിവസം സ്കൂളിലേക്ക് പോകാനായി ഇറങ്ങി. ബസ് കാത്ത് വീടിനുപുറത്ത് നിൽക്കുമ്പോഴാണ് ഹിമയുടെ പുസ്തകങ്ങൾ മേശപ്പുറത്ത് ഇരിക്കുന്ന കാര്യം ഓർത്തത്. അതെടുക്കാൻ അകത്തേക്കു പോയതും ബസ് എത്തി. ഹോണടിച്ച് ബസ് അങ്കിൾ എന്റെ ചെവി പൊട്ടിച്ചെങ്കിലും ബുക്സ് എല്ലാം എടുത്തിട്ടേ ഞാൻ ബസിൽ കയറിയുള്ളൂ. ഏറ്റവും പുറകിൽ ചെന്ന് ഹിമ വരാനായി ഞാൻ കാത്തിരുന്നു. ഹിമ ബസിൽ കയറി ഞാനെവിടെയെന്ന് ഒന്നു പരതി, ഏറ്റവും പുറകിൽ എന്റെ അടുത്തുവന്നിരുന്നു. ഞാനെന്റെ കൈയിലിരുന്ന അവളുടെ പുസ്തകങ്ങൾ അവളെ ഏൽപ്പിച്ചു. അവളെനിക്കൊരു തടിച്ച പുസ്തകം തന്നു. കറുത്ത പുസ്തകം. അതിൽ ഹിറ്റ്ലറിന്റെ ബ്ലാക്ക്-ആന്റ് -വൈറ്റ് ചിത്രം. മുകളിൽ ചുവന്ന അക്ഷരങ്ങളിൽ മെയിൻ കാംഫ് എന്ന് വലുതായി എഴുതിയിരിക്കുന്നു.

"ഇത്രയും വലിയ പുസ്തകമോ?" ഞാനത്ഭുതത്തോടെ ചോദിച്ചു.

"അതിനെന്താ? നീ പുസ്തകത്തിന്റെ പേജ് എണ്ണാൻ നിൽക്കണ്ട. വായിച്ചാൽ മതി. എന്തായാലും വായിക്കണം. ഞാൻ നിർബന്ധിക്കുകയാണെന്ന് കൂട്ടിക്കോ" അവൾ പറഞ്ഞു.

"ശരി, ഞാൻ വായിക്കാം. പക്ഷേ, വായിച്ചുതീരാൻ ഒരുപാട് ദിവസം എടുക്കും" ഞാൻ പുസ്തകം മറിച്ചുനോക്കിക്കൊണ്ടു പറഞ്ഞു. അവളതിന് ഒറ്റവാക്കിൽ മറുപടി പറഞ്ഞു:

"ആയിക്കോട്ടെ."

ഞാൻ ഹിമയെപ്പോലെ പുസ്തകം കൂടെ കൊണ്ടുനടക്കാൻ തുടങ്ങി. എപ്പോഴും അത് വായിക്കാൻ സമയം കണ്ടെത്തി. അവൾ പറഞ്ഞതുപോലെ അതിൽനിന്നും പ്രചോദനം എടുക്കാതിരിക്കാൻ പ്രത്യേകം ശ്രദ്ധിച്ചു.

8

“നന്നായി പഠിക്കൂ”

കുറച്ച് ദിവസങ്ങൾ കടന്നുപോയി. അങ്ങനെ ഞങ്ങളുടെ വർഷാവസാന പരീക്ഷയുടെ ടൈംടേബിൾ കിട്ടി. പത്താം ക്ലാസിലെ അവസാന പരീക്ഷ. പരീക്ഷയുടെ ടെൻഷൻ ഞങ്ങളെല്ലാപേരിലും തുടക്കം കുറിച്ചു. പിന്നെയുള്ള ദിവസങ്ങൾ വ്യത്യസ്തമായിരുന്നു. ടീച്ചർമാർ പാഠഭാഗങ്ങൾ തീർക്കാനുള്ള വെപ്രാളം കാണിക്കുന്നു, ഞങ്ങൾ കുട്ടികൾ എന്തൊക്കെയോ ചെയ്യുന്നു. ഞങ്ങൾ ഉത്തേജഭരിതരായി എന്തൊക്കെയോ കാട്ടിക്കൂട്ടാൻ തുടങ്ങി. പണ്ടുമുതലേ, പത്താം ക്ലാസിലെ അവസാന പരീക്ഷ ലോകവാസനത്തിന് തുല്യമെന്നപോലെയാണ് എന്നാണല്ലോ ഞങ്ങളെ പറഞ്ഞുപഠിപ്പിച്ചിരിക്കുന്നത്. അസംബ്ലിയിൽ എന്നും ഞങ്ങൾക്കുവേണ്ടി മാനസിക സമ്മർദം കുറയ്ക്കാൻ വഴികൾ ഉപദേശിച്ചുകൊണ്ടുള്ള ആയിരം പ്രസംഗങ്ങൾ. കുട്ടികൾ എല്ലാപേരും ഗണിതവും ശാസ്ത്രവും ഒക്കെ കണ്ടുപിടിച്ചവരെ പ്രാകി തുടങ്ങിയ സമയം.

സ്വാഭാവികമായും ഹിമ എല്ലാത്തിൽനിന്നും വ്യത്യസ്തയായി പിരിമുറുക്കം ഇല്ലാതെ അല്ലെങ്കിൽ പ്രകടിപ്പിക്കാതെ നടന്നു. സത്യസന്ധമായി പറഞ്ഞാൽ കുറച്ചുദിവസമായി ഞാനൊന്നിനെയും പറ്റി ഓർക്കാതെ ഇരിക്കുകയായിരുന്നു. അവളെപ്പറ്റിപോലും. മനഃപൂർവം അല്ല; പക്ഷേ, ഞാനും എല്ലാപേ

രെയുംപോലെ എന്തൊക്കെയോ കാട്ടികൂട്ടി. ഹിമയോട് സംസാരിക്കാൻ പോലും ഞാൻ സമയം കണ്ടെത്തിയില്ല. എനിക്ക് വിഷമം തോന്നി. ബസിലിരുന്നപ്പോൾ അവളോടു പറഞ്ഞു:

"ഞാൻ നിന്നോട് സംസാരിച്ചിട്ട് കുറേ നാളായി അല്ലേ?"

എപ്പോഴത്തേയും പോലെ അവൾ വളരെ ശാന്തമായി ചിരിച്ചുകൊണ്ടു പറഞ്ഞു:

"അതെ, നീ ബസിലിരുന്നും പഠിക്കുകയായിരുന്നില്ലേ? അതുകൊണ്ടാ ഞാൻ ശല്യം ചെയ്യാതിരുന്നത്."

"പരീക്ഷ അടുക്കാറായത് കൊണ്ടാവാം, ഒരു സമാധാനവും ഇല്ല. പക്ഷേ, നിനക്കൊരു പിരിമുറുക്കവും ഇല്ലല്ലോ. അതെന്താ? നീ എല്ലാം നേരത്തേ പഠിച്ചു കഴിഞ്ഞോ?"

"അതുകൊണ്ടൊന്നുമല്ല. ഞാനെന്തിന് വെറുതേ ഭ്രാന്തു കാണിക്കണം? ആദ്യമായി അല്ലല്ലോ പരീക്ഷ എഴുതാൻ പോകുന്നത്. പത്തുവർഷമായി പരീക്ഷ എഴുതുകയല്ലേ? പക്ഷേ, ഞാൻ പഠിക്കാതിരിക്കുന്നു എന്നല്ല അതിനർഥം. പഠിക്കുന്നുണ്ട്. പരീക്ഷയ്ക്ക് വേണ്ടിയുള്ള തയാറെടുപ്പുകൾ നടത്തുന്നുമുണ്ട്. പക്ഷേ, വിഭ്രാന്തി ഒന്നുമില്ല. പരീക്ഷയെ പേടിക്കുന്നുമില്ല. എന്റെ സ്റ്റോപ്പെത്തി, ഞാനിറങ്ങട്ടെ. സമയം കിട്ടുമ്പോഴൊക്കെ മെയിൻ കാംഫ് വായിക്ക് കേട്ടോ!"

ഞാനവളെത്തന്നെ നോക്കിയിരുന്നു. ഇവളെങ്ങനെയാണ് ഇത്ര വ്യത്യസ്ത ആയത്. ചിലർക്ക് ജന്മസിദ്ധമായ പല കഴിവുകളും ഉണ്ടാകും. ഇതും ഒരു കഴിവുതന്നെയായിരിക്കും. പ്രതിസന്ധികളിൽ പതറാതെ നിൽക്കുക കഴിവ് തന്നെയാണല്ലോ.

അടുത്തദിവസം ഞായറാഴ്ചയായിരുന്നു. വീട്ടിലിരുന്നപ്പോൾ ഞാൻ പത്രം ഒന്നു മറിച്ചു നോക്കി. പത്രം വായിച്ചിട്ട് രണ്ടുമൂന്ന് ദിവസമായിരുന്നു. രണ്ടുമൂന്നു ദിവസം മുമ്പുള്ള പത്രം വായിച്ചപ്പോഴാണ് ഞാൻ പലസ്തീനിലെ ആക്രമണത്തെക്കുറിച്ചറിഞ്ഞത്. എനിക്കെന്നോട് തന്നെ പുച്ഛം തോന്നി. പഠിക്കാനോടി നടക്കുന്നതിനിടെ ഞാനിതൊന്നും അറിഞ്ഞില്ലെന്ന് മനസിലാക്കിയപ്പോൾ നാണക്കേടുതോന്നി. പരുക്കേറ്റവരുടെയും നാശനഷ്ടങ്ങളുടെയുമൊക്കെ ചിത്രം കണ്ടപ്പോൾ കണ്ണുനിറഞ്ഞുപോയി.

പക്ഷേ, സ്കൂളിൽപ്പോലും ആരും ഇതിനെപ്പറ്റി സംസാരിച്ചില്ല ല്ലോ? എല്ലാരും എന്നെപ്പോലെ ആവശ്യമില്ലാതെ പരീക്ഷയും ഓർത്ത് പരിഭ്രാന്തരായി നടക്കുകയല്ലായിരുന്നോ. പെട്ടെന്നാണ് ഞാനോർത്തത് ഹിമയും ഒന്നും പറഞ്ഞില്ലല്ലോ. അതെന്താ കാരണം? അവൾ ഏതെങ്കിലും രീതിയിൽ പ്രതികരിക്കാറുള്ള തല്ലേ? മുമ്പ്, ഇസ്രായേൽ-പലസ്തീൻ യുദ്ധത്തെപ്പറ്റി ഞങ്ങൾ സംസാരിച്ചിട്ടുള്ളതാണ്. ഇസ്രായേൽ-പലസ്തീൻ പ്രശ്നത്തെ പ്പറ്റി ഞാനാദ്യമായി അറിയുന്നതുതന്നെ അവളിൽനിന്നാണ്. ആവേശത്തോടെ എനിക്കത് വിവരിച്ചുതന്നത് ഞാനിപ്പോഴും ഓർക്കുന്നു. എന്തായാലും ഇതേപ്പറ്റി അവളോടു ചോദിക്കണം എന്നു തന്നെ ഞാനുറപ്പിച്ചു.

അടുത്തദിവസം രാവിലെ ബസിൽ വച്ച് ഞാൻ തീരുമാനി ച്ചുറപ്പിച്ചിരുന്നതുപോലെ അവളോട് ചോദിച്ചു:

"നീ പലസ്തീനിൽ നടന്നതൊന്നും അറിഞ്ഞില്ലേ? നീ അതേ പ്പറ്റി എന്നോടൊന്നും പറഞ്ഞില്ലല്ലോ? എന്തുപറ്റി?"

"പറയാനുള്ള സാവകാശം കിട്ടണ്ടേ? നീ തകർത്ത് പഠിക്കു കയായിരുന്നില്ലേ?" അവളെന്നെ കളിയാക്കി പറഞ്ഞു.

"ശരി തന്നെ, പക്ഷേ നീ പ്രതികരിച്ചുമില്ലേ?"

"ആരു പറഞ്ഞു ഇല്ലെന്ന്? പലസ്തീനിൽ ജീവൻ വെടി ഞ്ഞവർക്കുവേണ്ടി അസംബ്ലിയിൽ കുറഞ്ഞത് രണ്ടു മിനിറ്റ് നേര മെങ്കിലും നിശ്ശബ്ദത പാലിക്കാൻ കമാന്റ് കൊടുക്കണം എന്നുപറഞ്ഞ് ഞാൻ നമ്മുടെ പ്രിൻസിപ്പലിന് ഒരപേക്ഷ നൽകി. അവരത് വായിച്ചു. എന്നോട് ക്ലാസിലേക്ക് തിരിച്ചുപോകാൻ പറ ഞ്ഞു. ഞാൻ കൊടുത്ത അപേക്ഷ ഇപ്പോളവരുടെ ചവറ്റുകുട്ട യിൽ താമസിക്കുന്നുണ്ടാവും. അസംബ്ലിയിൽ ന്യൂസ് വായിക്കു മ്പോൾ നല്ല വാർത്തകൾ മാത്രം വായിച്ചാൽ മതി-എന്നുവച്ചാൽ വിലക്കയറ്റമോ, അഴിമതിയോ ഒക്കെയായി ബന്ധപ്പെട്ട വാർത്ത കൾ വായിക്കണ്ട മറിച്ച്, സച്ചിന്റെ സെഞ്ചറി പോലുള്ള വാർത്ത കൾ മാത്രം വായിച്ചാൽ മതി-എന്ന് കൽപ്പിക്കുന്ന ഒരു പ്രിൻസി പ്പലിൽ നിന്നും, അങ്ങനെയൊരു സ്കൂൾ മാനേജ്മെന്റിൽ നിന്നും ഞാനതിൽ കൂടുതൽ ഒന്നും പ്രതീക്ഷിച്ചിരുന്നില്ല. അതു

കൊണ്ട് അക്കാര്യത്തിൽ എനിക്കൽപ്പം പോലും വിഷമം തോന്നിയില്ല." അത്രയും പറഞ്ഞ് അവൾ ഒരു ദീർഘശ്വാസം എടുത്തു. ഞാനൊന്നും പറഞ്ഞില്ല. എനിക്ക് അവളോട് ബഹുമാനം തോന്നി തുടങ്ങിയിരിക്കുന്നു. പക്ഷേ, അവളെപ്പോലെ പരീക്ഷയെ പേടിക്കാതിരിക്കാൻ എനിക്കുകഴിഞ്ഞിരുന്നില്ല. ഞാൻ പരീക്ഷയെപ്പറ്റി ഇടയ്ക്കിടെ ഓർത്തുകൊണ്ടേയിരുന്നു. പരീക്ഷ കഴിഞ്ഞ് സ്കൂൾ തുറക്കുമ്പോൾ ഞങ്ങളെല്ലാം പല-പല ക്ലാസുകളിലാകും. അതോർക്കാൻ പോലും പറ്റുന്നില്ല. ഹിമയെ പിരിയേണ്ടിവരുമോ? ഞാൻ ഭയന്നു. അതിനെനിക്കുകഴിയുമെന്ന് തോന്നുന്നില്ല. താൽപ്പര്യം ഉള്ള വിഷയം എടുക്കണമെന്നും നമ്മൾ ആഗ്രഹിക്കുമ്പോലെ ജീവിക്കണമെന്നും ലക്ഷ്യത്തിനുവേണ്ടി നിരന്തരമായി പ്രയത്നിക്കണം എന്നൊക്കെ മനസിലാക്കി തന്നത് ഹിമയാണ്. എന്നിലെ എന്നെ തിരിച്ചറിയാൻ പഠിപ്പിച്ചതുമവളാണ്. അവളില്ലായിരുന്നെങ്കിൽ ചിലപ്പോൾ ഞാനെല്ലാപേരെയും പോലെ താൽപ്പര്യം ഇല്ലാത്ത വിഷയം എടുത്ത് പഠിച്ച്, എൻട്രൻസ് എഴുതി, ഡോക്ടറോ എഞ്ചിനീയറോ ആകാൻ ശ്രമിക്കുന്നതാണ് ശരി എന്നുതന്നെ വിശ്വസിക്കുമായിരുന്നു. എങ്കിൽ ഭാവിയിൽ ഞാൻ ജീവിതം മടുത്ത ആളായി ചിലപ്പോൾ മാറിയേനേ.

ഞങ്ങൾ പിരിയലിന്റെ ആദ്യ ഘട്ടത്തിൽ എത്തിയിരിക്കുന്നു. നാളെ മുതൽ സ്റ്റഡി ലീവ്. പിന്നെ കണ്ടുമുട്ടുന്നത് പരീക്ഷയ്ക്കാവും. നീണ്ട ഇടവേള ഞങ്ങൾക്ക് പഠിക്കാൻ ലഭിച്ചിരിക്കുന്നു. സ്കൂൾ വിട്ടു. ഞാനെല്ലാപേരോടും വിട പറഞ്ഞു. ഹിമയുടെ കൈപിടിച്ച് നടക്കവെ ആണ് ഒരാളെ കണ്ടില്ലല്ലോയെന്നോർത്തത്. ഞാൻ ലയയെ ക്ലാസിൽ തിരഞ്ഞു. കണ്ടില്ല. ഞാൻ ഗ്രൗണ്ടിലേക്ക് ഓടി. അവളവിടെ ഉണ്ടായിരുന്നു, മരത്തിന്റെ ചോട്ടിൽ. മരത്തിൽ ചാരി ഇരിക്കുന്നു. ഞാനവളുടെ അടുത്തേക്ക് ചെന്നു. അവളെന്നെ നോക്കി. എനിക്കവളോട് വിട പറയാൻ തോന്നിയില്ല. അതിനുമുമ്പ് അവളെന്നെ കെട്ടിപ്പിടിച്ചു. ഞാനും. കുറച്ചുകഴിഞ്ഞ് ഞാനവളെ മരത്തിനുചോട്ടിൽ വീണ്ടും ഇരുത്തി, തിരിഞ്ഞുനടന്നു. അവളെ തിരിഞ്ഞ് നോക്കിയാൽ ചില

പ്പോൾ ഞാനും അവളെപ്പോലെ കരഞ്ഞേക്കാം. അതുകൊണ്ട് ഞാനത് ചെയ്തില്ല. ഞാനോടി ഹിമയുടെ കൈപിടിച്ചു. ഞങ്ങൾ നടക്കാൻ തുടങ്ങി. പതിവിനുവിപരീതമായി ഞങ്ങൾ അധികമൊന്നും സംസാരിച്ചില്ല. അവളുടെ വീടെത്തിയപ്പോൾ ഞങ്ങൾ തമ്മിൽ നോക്കി ചിരിച്ചു.

"നന്നായി പഠിക്കൂ."

അത്രമാത്രം പറഞ്ഞ് അവൾ അകത്തേക്ക് പോയി. അവൾ പോകുന്നത് ഞാനവിടെ കുറച്ചുനേരം നിന്ന് നോക്കി. അവൾ അകത്തേക്ക് പോകുംവരെ ഞാൻ കാത്തുനിന്നു. എനിക്ക് മനസിന് ഒരു സുഖവും തോന്നുന്നുണ്ടായിരുന്നില്ല. ഒരു ഭാരം മനസിലുള്ളതുപോലെ. ഒന്ന് കരയണം എന്നെനിക്ക് തോന്നി. ഞാൻ കരഞ്ഞുകൊണ്ടാണ് അങ്ങനെ ചിന്തിച്ചതെന്ന് കവിൾ നനഞ്ഞപ്പോഴാണ് മനസിലായത്. വീട്ടിലേക്ക് നടക്കുംവഴി ഞാൻ അവളുടെ കൂടെ ഉണ്ടായിരുന്ന നിമിഷങ്ങളെപ്പറ്റി ആലോചിച്ചു. ഇനി അവളോടൊപ്പം ഒരേ ക്ലാസിൽത്തന്നെ ഇരിക്കാൻ പറ്റുമോ എന്നെനിക്കറിയില്ല. പക്ഷേ, അങ്ങനെ ഇരിക്കാൻ കഴിയില്ല എന്ന് ചിന്തിക്കാൻ എന്റെ മനസെന്നെ അനുവദിച്ചില്ല. ക്ലാസിൽ ഉണ്ടായ തമാശകൾ-ശ്രീക്കുട്ടിയുടെ ചിരി, ലയയുടെ കുസൃതികൾ, അനുവിന്റെ ഇരട്ടപ്പേരുകൾ, ഗെയിംസ് പീരീഡ് ഉള്ള ദിവസങ്ങളിൽ ഹാജരാകുന്ന അഖിലും ആനന്ദും - അങ്ങനെ ക്ലാസിലെ എല്ലാ പ്രധാന കഥാപാത്രങ്ങളെയും ഞാൻ ഓർത്തുകൊണ്ട് നടന്നു. ഇനി അവരോടൊപ്പമുള്ള സന്തോഷമായ നിമിഷങ്ങൾ നഷ്ടപ്പെടും എന്ന യാഥാർഥ്യത്തെ അംഗീകരിക്കാനാവാത്ത മനസുമായി കണ്ണുനിറഞ്ഞ് ഞാൻ മുന്നോട്ടു നടന്നു.

9 789384 445089

Printed by Libri Plureos GmbH in Hamburg,
Germany